मराठीतील बारामास काव्ये

डॉ. वसंत स. जोशी

मेहता पब्लिशिंग हाऊस

MARATHITIL BARAMAS KAVYE by DR. VASANT S. JOSHI

मराठीतील बारामास काव्ये : डॉ. वसंत स. जोशी / संदर्भ ग्रंथ

© अनिल वसंत जोशी

प्रकाशक   : सुनील अनिल मेहता, मेहता पब्लिशिंग हाऊस,
१९४१, सदाशिव पेठ, माडीवाले कॉलनी, पुणे – ४११०३०.

अक्षरजुळणी : एच. एम. टाईपसेटर्स, ११२०, सदाशिव पेठ, पुणे – ४११०३०.

मुखपृष्ठ   : चंद्रमोहन कुलकर्णी

प्रथमावृत्ती : फेब्रुवारी, २०१२

P Book ISBN 9788184983494
E Book ISBN 9789353172183

E Books available on : play.google.com/store/books
www.amazon.in/b?node=15513892031

सहधर्मचारिणी
सौ. साधनास—

प्रास्ताविक

मराठीतील बारामास काव्यांचा हा संग्रह वाचकांसाठी सादर करताना मला आनंद वाटत आहे. या अल्पज्ञात पण काव्यमय वाङ्मयप्रकाराविषयी माझ्या मनात कुतूहल निर्माण झाले. ते मला एका हस्तलिखित बाडात मिळालेल्या 'बारामास' काव्याच्या निमित्ताने. त्या अनुषंगाने मी शोध घेऊ लागलो. तशी काही मुद्रित, तर काही हस्तलिखित रूपात अशी काही काव्ये मिळत गेली. पण त्यांची संख्या दहापेक्षा अधिक नव्हती. या काव्याचा अभ्यास करताना त्याच्या काव्यगुणांबरोबरच त्याच्या मर्यादाही लक्षात आल्या. हे काव्य मराठी रसिक वाचकांसमोर आले पाहिजे, या इच्छेने उपलब्ध काव्ये आणि त्यांचे स्वरूप मुद्रित रूपात आज रसिक वाचकांपुढे ठेवीत आहे.

'बारामास' काव्याची निर्मिती आणि प्रसार प्रामुख्याने उत्तर भारतात झाला. लोकमानसातून त्याची निर्मिती झाल्याने 'पिढ्यान्पिढ्या' त्यांचे गायन प्रसारण होत राहिले. जिज्ञासूंनी ही काव्ये लिखित स्वरूपात संग्रहित केली. अभ्यासकांनी त्यांचा अभ्यास करून त्यांचे संग्रह प्रकाशित केले. समीक्षा होत राहिली आणि स्वाभाविकच अन्य भाषिकांनाही त्यांचा आस्वाद घेता येऊ लागला. या काव्यांची समीक्षकांनी चिकित्सक समीक्षा केल्याने त्यांचा तौलनिक अभ्यास होत राहिला. यात जसे भारतीय संशोधक होते, तसेच पाश्चात्त्य संशोधकही होते. इंग्लिश आणि फ्रेंच भाषांत भारतातील विविध भाषांतील 'बारामास' काव्यप्रकारावर लेखन झाले आहे. जे.सी. घोष, जी.ए. ग्रियरसन, बी.सी. सेन, सुकुमार सेन, डी. इब्बाविटेल यांनी बंगाली काव्याविषयी एच.सी. भायानी, ओ.डी. दलाल (गुजराथी), बी.जे. संदेसरा (राजस्थानी), डी.पी. सिन्हा, कृष्णदेव उपाध्याय (भोजपुरी), एन. ब्राऊन (गुजराथी) या संशोधकांनी लोकभाषेतील 'बारामास' काव्यांचा व्यासंगपूर्ण अभ्यास ग्रंथरूपाने वाचकांसमोर ठेवला आहे. शार्लोट वाल्डवेल या फ्रेंच संशोधिकेसाठी डॉ. शं.गो. तुळपुळे यांनी 'सरस्वती महाल जर्नल'मध्ये प्रकाशित झालेले एक मराठी काव्य आणि त्याचे त्यांनी इंग्लिशमध्ये केलेले भाषांतर उपलब्ध करून दिले. पण स्वत: त्याविषयी काही लेखन केले नाही.

पाश्चात्त्य संशोधकांची ज्ञानपिपासू वृत्ती, त्यासाठी कठोर परिश्रम करण्याची तयारी, संशोधन सामग्री जमविण्यासाठी कुठेही जाण्याची जिद्द आणि त्या सामग्रीचा शास्त्रशुद्ध अभ्यास करून सिद्धांतांची नीटस, ससंदर्भ मांडणी हे सारेच कौतुकास्पद आणि अनुकरणीय असते. फ्रेंच संशोधक शार्लोट वाल्डवेल याही या गुणांनी संपन्न होत्या. सरबोर्न विद्यापीठात त्यांनी फ्रेंच, लॅटिन आणि ग्रीक या अभिजात भाषांत

पदवी मिळवली. प्रोफेसर रेनॉकडे त्या संस्कृत शिकल्या. हिंदी आणि तमिळ भाषांचाही पॅरिसमधील प्राच्यविद्या संस्थेत त्यांनी अभ्यास केला. त्यांनी भारतालाही भेट दिली आणि भारतातील लोकभाषांतील वाङ्मयाचा अभ्यास केला. 'बारहमास इन इंडियन लिटरेचर' हे त्यांच्या या अभ्यासातून निर्माण झालेले उत्कृष्ट पुस्तक आहे. त्यांची सूक्ष्म चिकित्सक संशोधन वृत्ती, मांडणीचा काटेकोरपणा, संदर्भ, कटाक्षाने आणि नेटकेपणाने देण्यातील दक्षता यामुळे त्यांच्या लेखनाविषयी आदर निर्माण होतो. सरबॉर्न विद्यापीठात त्या प्राध्यापिका होत्या. रॉयल एशियाटिक सोसायटी आणि अमेरिकन ओरिएंटल सोसायटीच्या त्या सदस्य होत्या. त्यांनी असंख्य विद्वत्तापूर्ण लेख लिहिले. इंग्लिश आणि फ्रेंच भाषेत त्यांचे वीस ग्रंथ प्रकाशित झाले आहेत. भारतीय भाषांतील 'बारामास' काव्याचा अभ्यास करताना शार्लोट वाल्डवेल या संशोधिकेच्या लेखनाचा संदर्भ अभ्यासकांना अटळ आहे.

बारामास काव्यातील आशयावर आधारित कांग्रा व राजस्थानी शैलीतील उत्तम पेंटिंग्जही उपलब्ध आहेत. पुण्याच्या 'भारत इतिहास संशोधक मंडळ' या संस्थेने श्रीमती कमल चव्हाण यांचा डॉ. म. श्री. माटे यांच्या मार्गदर्शनाखाली 'बारहमास पेंटिंग्ज' संपादित चित्रसंग्रह प्रकाशित केला आहे. त्यात भरताच्या नाट्यशास्त्रावर आधारित रसविचार करण्यात आला आहे. षड्ऋतूवर्णन इ. संस्कृत काव्यांचाही उल्लेख आहे, पण मराठीतील 'बारामास' काव्याचे एकही उदाहरण नाही. खेदाची गोष्ट अशी की, मराठी बारामास काव्यांच्या अनुषंगाने मराठा शैलीतील चित्रे रेखाटण्याचा प्रयत्न कुणीही केलेला दिसत नाही. धुळ्याच्या राजवाडे संशोधन मंदिराने एक चित्रसंग्रह प्रसिद्ध केला आहे. पण त्यात 'बारहमास' या विषयावरील चित्रे नाहीत. औरंगाबादच्या डॉ. आंबेडकर मराठवाडा विद्यापीठाच्या इतिहास विभागाच्या म्युझियमने 'बारहमास' याच विषयावरील बारा सुंदर चित्रांचा अल्बम (सं.डॉ. देशमुख) प्रसिद्ध केला आहे. 'बारहमास' या विषयाचा साहित्य आणि चित्र या क्षेत्रातील आविष्कार वाचनीय, श्रवणीय आणि प्रेक्षणीयही आहे. मराठी साहित्यातील या क्षेत्राची झलक रसिक वाचकांसमोर ठेवताना आनंद वाटतो. काही ठिकाणी मूळ संहिता यथामूल दिली आहे.

ऋणनिर्देश

विखुरलेल्या 'बारामास' काव्यांना ग्रंथरूप प्राप्त होण्यासाठी अनेक संस्था, स्नेही, आप्तजन यांचा हातभार लागला. धुळ्यापासून तंजावरपर्यंतचे हस्तलिखित संग्रह संशोधकांना आवाहन करीत असतात. विशेषत: श्री समर्थ वाग्देवता मंदिर, धुळे या संस्थेचे श्री. चितळे, तंजावरच्या श्री सरस्वती महाल लायब्ररीचे श्री. भीमराव गोस्वामी यांनी अगत्यपूर्वक सहकार्य केले. हैद्राबादचे डॉ. श्री. रं. कुलकर्णी यांनी दखनी भाषेतील पूरक संदर्भ कळविले. त्यांचा मी ऋणी आहे. सुप्रसिद्ध चित्रकार श्रीमती अरुंधती वर्तक यांनी श्रीमती शार्लोट वाल्डवेल या फ्रेंच विदुषीच्या ग्रंथाचा संदर्भ दिल्यामुळे प्रस्तुत विषयाला व्यापक स्वरूप प्राप्त झाले. श्रीमती वर्तक यांचा मी फार आभारी आहे. श्रीमती शार्लोट वाल्डवेल यांच्या ग्रंथामुळे मला मराठी बारामास काव्याच्या अनेकांगी रूपाचा विचार करता आला. त्यांचे 'बारहमास इन इंडियन लिटरेचर' हे पुस्तक दिल्लीच्या मोतीलाल बनारसीदास या ख्यातनाम प्रकाशन संस्थेने प्रकाशित केले आहे. मोतीलाल बनारसीदासचे श्री. जे.पी. जैन, श्री. एन.पी. जैन, श्री. आर. पी. जैन आणि श्रीमती शार्लोट वाल्डवेल यांचा मी ऋणी आहे.

कोल्हापूरच्या करवीर नगर वाचन मंदिराच्या ग्रंथपाल सौ. वासंती लिमये आणि महाराष्ट्र साहित्य परिषदेचे पुणे येथील ग्रंथालय प्रमुख श्री. अनंत जोशी यांनी हवे ते ग्रंथ तत्परतेने पुरविले. माझे मित्र श्री. रवींद्र पाटसकर यांचे सर्व प्रकारचे सहकार्य लाभले. या स्नेहीजनांचे मी मन:पूर्वक आभार मानतो. माझ्या या वाटचालीत स्नेहीजनांप्रमाणेच सौ. साधना, अनिल, सौ. मृणाल, चि. कोमल, सौ. नूतन या माझ्या कुटुंबीयांचे व श्री. सूरजसिंग यांचे सर्व प्रकारचे सहकार्य नेहमीच लाभत असते त्यांना माझे आशीर्वाद. प्रकृतीच्या तक्रारीमुळे हे काव्य प्रकाशित होण्यास विलंब झाला. तरीही त्यासाठी केलेले परिश्रम आता सार्थकी लागत आहेत. प्रस्तुत काव्य प्रकाराच्या वेगळेपणाने ते मराठीमध्ये रसिक वाचकांना उपलब्ध करून देण्याची फार दिवसांची इच्छा पूर्ण होत आहे. त्यासाठी सहकार्य करणाऱ्या सर्वांचा मी ऋणी आहे.

— डॉ. वसंत स. जोशी

अनुक्रमणिका

मराठीतील बारामास काव्ये : शोध व स्वरूप

लोकजीवनातून प्रेरणा / ३

प्राचीन बारहमासा काव्ये / ४

फाग-रासो-काव्य / ६

चौमासा आणि विरहगीत / ७

पंथीय तत्त्वप्रसाराचे माध्यम / ८

उत्तर भारतीय भाषांतील बारहमासा / ९

मराठीतील बारामास काव्ये / १३

मराठीतील लौकिक काव्य – मराठी सण व कुळाचार / १७

मराठीतील बारामास काव्ये

द्वादशमासवर्णन – अमृतरायकृत / ४३

अभिनव बारामास – श्रीरुक्मांगदकृत / ४९

षड्ऋतुवर्णन – नारायणप्रभुकृत / ५५

बारामास वर्णन – सयाजिबाकृत / ५८

अथ द्वादशमास – अनामकृत / ६३

बारामास प्रारंभ – अनामकृत / ६८

बारामास वर्णन – अनामकृत / ७२

षड्ऋतुवर्णन – अनामकृत / ७९

बारामास – अनामकृत / ८३

कठीण शब्दांचा कोश / ९२

संदर्भ ग्रंथ / ९६

मराठीतील बारामास काव्ये :
शोध व स्वरूप

'बारामास' ही मराठीतील काव्यरचना म्हणजे भारताच्या विविध भाषांतून होणाऱ्या वाङ्मयीन अभिसरणाचा उत्तम नमुना आहे. धार्मिक, राजकीय किंवा अन्य कारणांसाठी महाराष्ट्रातून उत्तरेकडे गेलेल्या अनेक कवींनी तिकडील भाषांतील काव्यकृती किंवा तत्सदृश स्वतंत्र रचना मराठीत आणलेल्या असाव्यात. विरह बारामासांचे मूळ शोधावयाचे झाल्यास, उत्तर हिंदुस्थानातील या काव्यप्रकाराच्या लोकप्रियतेमुळे मराठी कवींनाही तशी रचना करण्याची प्रेरणा मिळाली असावी. संस्कृतातील 'षड्ऋतू वर्णन' किंवा कालिदासाची 'ऋतुसंहार'सारखी रचना यातून बारामासचे मूळ सांगितले जाते, परंतु ते दोन्ही समांतर पण स्वतंत्र काव्यप्रकार आहेत. प्रत्येकाचे व्यक्तिमत्त्व स्वतंत्र आहे. शिवाय संस्कृत काव्यातील षड्ऋतू वर्णनामधील विरहभाव त्यात असतोच असे नाही. 'बारामास' हा घाट प्राकृत अपभ्रंश वाङ्मयातून संस्कृत व अन्य साहित्यात आला असावा. प्राकृत अपभ्रंश काव्यात कधी स्वतंत्रपणे, तर कधी कथात्मक काव्याचे अंग म्हणून येणाऱ्या ऋतूवर्णनात वर्षातील मासांचे वर्णन येत असते. प्राकृत गाथांच्या परंपरांतही अशी वर्णने आढळतात. विप्रलंभ शृंगार हा रस अशा वर्णनातून सामान्यपणे येतो. कालिदासाचे 'ऋतुसंहार' हे काव्य याच परंपरेतील अभिजात साहित्याचे एक उदाहरण म्हणून घेता येईल.

मराठी संतांच्या 'विराण्यात' गाथा परंपरेतला विप्रलंभ शृंगार तेवढा उतरला आहे. मराठी लोकगीतातूनसुद्धा बारामासाची परंपरा अस्तित्वात असली पाहिजे. प्रकाशित लोकगीतसंग्रहात मात्र अशा तऱ्हेची गीते आढळत नाहीत. लोकपरंपरेतील अभिजात साहित्यात आलेला हा रचनाप्रकार म्हणता येईल. या संदर्भात हैद्राबादचे

डॉ. श्रीधरराव कुलकर्णी यांनी मला पाठविलेल्या एका पत्रात (५।१।९३) म्हटले आहे : 'सुफींच्या साधनेत विरहभक्तीस महत्त्वाचे स्थान असल्याकारणाने सूफी कवींना हा आकृतिबंध जवळचा वाटणे स्वाभाविक आहे. सूफी कथाकाव्यात येणारी विरहवर्णने बारामासाच्या धाटणीची असतात. काही कवींनी केवळ 'बारामास' काव्येच लिहिली आहेत. जायसी या कवीच्या 'पद्मावत' या कथाकाव्यात बारामासाचे वर्णन आलेले आहे. अफजल या दखनी कवीचे स्वतंत्र 'बाराहमास' या नावाचे एक लघुकाव्य आहे. या काव्यातून एक उतारा पुढे देत आहे. त्यावरून काव्याच्या स्वरूपाची कल्पना यावी.

गया जब माघ फाल्गुन मास आया । सखी है है पिया इस रुत न आया ॥२००॥
जो आया फागुन क्या करू री । सजन परदेस, मैं दुख भरू री ॥२०१॥
अरे ऊधो[1] सुनो यह दुख हमन सूं । कहा टुक[2] जाय परदेसी सजन सूं ॥२०२॥
कहे बिरहन कि फागुन मास आया । सभों ने रूप रंगारंग बनाया ॥२०३॥
चली दीनउन[3] सबी[4] अपने मंदर सूं । कि खेले फाग जा अपने सुंदरसूं[5] ॥२०४॥

दखनी भाषेतील वरील उतारा सूफी संप्रदायाच्या अनुषंगाने दक्षिणेत झालेल्या 'बारामास' काव्यप्रकाराच्या प्रसाराचे एक उदाहरण आहे. मराठी बारामास काव्याने सण, उत्सव, ऋतू या सर्व बाबतींत आपले मराठीपण टिकवून ठेवले आहे. या काव्याची प्रेरणा बहुधा उत्तर हिंदुस्थानी असली तरी त्याचे अंतरंग पूर्णत: मराठी जीवनाचे प्रतिबिंब दर्शविणारे आहे. हिंदीमधील 'पद्मावत' किंवा 'चंद्रायन'सारखी दीर्घकाव्ये मराठीत निर्माण झाली नाहीत. कारण सूफी संप्रदायातील जीवाची शिवाशी एकरूप होण्याची किंवा भागवतातील राधा-कृष्ण विरह किंवा मिलनाची किंवा पारशीतील लैला-मजनू सारख्या प्रियकर-प्रेयसीच्या लौकिक विरह भावनांची वर्णने करणारी तत्सदृश परंपरा मराठीत नव्हती.

---

१. उद्धव - कृष्णसखा, २. अमळ,
३. सूर्य, ४. छाया, ५. प्रियकर
    डॉ. मसूद हुसेन खान (सं) उर्दू-ए-कदीम (१९६६) उस्मानिया विद्यापीठ प्रकाशन, पृ. ४३५.

लोकजीवनातून प्रेरणा

मध्ययुगीन मराठीत मधुराभक्तीच्या स्वरूपात अशी भक्तिगीते रचिली गेली असली, तरी त्यांचे स्वरूप भक्त आणि परमेश्वर यांच्या मिलनासाठी असणारी आतुरता, तळमळ व्यक्त करणारी आध्यात्मिक पातळीवरील आहे. त्यामुळे धार्मिक, कृषिक्षेत्रातील आख्यानकाव्यसदृश्य अशा रचना मराठीत नाहीत. त्याऐवजी व्यापार, सैन्य अशा क्षेत्रावर कार्य करणारे नायक आणि त्यांच्या व्यवसायानिमित्त दूर जाण्यामुळे गावात घरी एकटी राहाणारी नायिका मराठीतील 'बारामास' काव्याचे प्रतिनिधित्व करतात. बारामासातील विरह वर्णन म्हणजे नायिका विरही स्त्री आणि तिची सखी यांच्यातील संवाद होय. सखी तिला समजावण्याचा, धीर देण्याचा प्रयत्न करते. नायिकेच्या विरहभावनांना वाट करून देण्यासाठी समोरील व्यक्ती एखादी सहृदय श्रोताही असू शकते. लोकगीतातून प्रारंभी अशा विरहगीतांचा जन्म झाला आणि नंतर त्यावर विदग्ध रचना झाली. लोकजीवनात प्रचलित असलेल्या अशा तऱ्हेच्या काव्यबीजांना विदग्ध कवी आपली प्रतिमा आणि कल्पकता यांच्याद्वारे सुघटित आणि डौलदार रूप प्राप्त करून देतात.

भारतीय जनजीवन घड्याळाच्या काट्याप्रमाणे चालणारे नाही. ते मोजले जाते. सावल्यांच्या लघु-दीर्घत्वावर, दिवस-रात्रीवर, आठवडे, महिने आणि वर्षांच्या अनुषंगाने ते चालते. हे भारतीय मन कालाच्या तालावर कधीच वाटचाल करीत नाही. त्यामुळे प्रवासासाठी किंवा सैन्यामध्ये गेलेल्या पतीचा वियोग विरहिणीला क्षणोक्षणी जाणवतो. 'रैना बिती जाये, शाम न आये' अशी आर्त भावना तिच्या मनात निर्माण होते. बारामास काव्यातील विरहिणी, प्रियकराची व्याकूळ होऊन प्रतीक्षा करते आणि हा विरहकाल बारा महिन्यांचे वर्तूळ पूर्ण करून संपतो. तिच्या विरहाची गीते म्हणजेच 'बारामास' गीते किंवा 'विरह बारहमासा.' अशा काव्यांत नायिकेच्या विरहभावना निसर्गकाव्यातून उत्कटपणे आणि आकर्षकपणे व्यक्त होतात. त्यामुळे तिच्या मनातील आंदोलने ऋतूंच्या बदलाप्रमाणे व्यक्त होत राहातात. यातील शोकार्तता आणि सौंदर्य इतके उत्कट आहे की, भारतीय भावजीवनाला ते आकर्षित करते. अशी गीते ग्रामीण परिसरातील कवींकडून मुख्यत्वे लिहिली जातात. अर्थात त्यांच्यात पुरुषांचे प्रमाण अधिक असते आणि या पुरुष कवीचे नाव त्या काव्यात ग्रंथित केलेले असते. स्त्रियांनी रचलेल्या गीतात त्या अनामिक राहिल्या आहेत. ही लोकगीते असल्यामुळे स्त्रीसमूहाकडून म्हटली जात असावीत. त्यामुळे स्वाभाविकच ती सर्वांच्या विरहभावाचे प्रतीक बनतात. पतीच्या विरहाने व्याकूळ झालेल्या विरहिणीच्या मुखातूनच 'विरह बारामास' गीते प्रकट होतात. हे स्त्री-पुरुष कवींच्या काव्यातील एक समान सूत्र आहे. बंगाली बारामास गीतात मात्र पत्नीच्या चारित्र्याची परीक्षा पती वेगवेगळ्या प्रकारे बारा महिन्यांत घेण्याचा प्रयत्न करतो. दुसऱ्या काव्यात पती परगावी असताना पापी माणूस नायिकेला

कुकर्मास प्रवृत्त करण्याचा प्रयत्न बारा महिन्यांत करतो. शेवटच्या महिन्यात पती परत येतो आणि त्याचा प्रयत्न फसतो. अशा काव्यांची संख्या फार कमी आहे आणि अभिजात काव्यात ते मुळीच आढळत नाही. पुरुष कवींच्या रचनेत रचनेचा साक्षेप आणि भावनांची रसपूर्णता यांचा आढळ होतो. लोकगीतातील उत्स्फूर्तता विदग्ध काव्यातील प्रमाणबद्धता यातील भावाभिव्यक्तीचा फरक सहज लक्षात येण्यासारखा आहे.

'बारामास' हा काव्यप्रकार मध्ययुगात उत्तर हिंदुस्थानात उदयास आला. यात वर्षाच्या बारा महिन्यांपैकी प्रत्येकासाठी एका श्लोकाची रचना असते. गुजरातपासून बंगालपर्यंतच्या प्रदेशातील ग्रामजीवनात ती अत्यंत लोकप्रिय आहे. तिथे त्यांना मानाचे स्थान असून, आजही तशी रचना होत असते. काही ठिकाणी वर्षातील चार महिन्यांवरील रचना केल्या जातात. त्यांना 'चौमासा' काव्य म्हणतात. वर्षाऋतूतील हे चार महिने असतात. त्यांचा कल काही ठिकाणी आषाढ ते आश्विन किंवा आषाढ ते कार्तिक असा असतो. ग्रीष्माच्या तल्खलीनंतर येणाऱ्या वर्षाऋतूच्या चार महिन्यांत विरहीजनांच्या मनात मिलनासाठी ओढ, तगमग निर्माण होते. त्यामुळे पर्जन्यकाळातील चार महिन्यांतील विरही जीवांच्या अवस्थेचे वर्णन करणारी 'चौमासा' ही काव्ये हिंदी भाषेत विपुल प्रमाणात लिहिली गेलेली आहेत. ही गीते हा लोकसंस्कृतीचाच एक भाग असल्याने उत्तरेकडील बऱ्याच राज्यांत ती आवडती आणि लोकप्रिय आहेत.

प्राचीन बारहमासा काव्य

'बारहमासा' ही लोकभाषांतील रचना आहे. 'दूतकाव्या'वरून अशा काव्यप्रकारांची कल्पना त्याकाळी होती, असे म्हणता येते. या रचना लोकभाषांतील असल्याने त्याचे लिखितरूप काळाच्या ओघात काहीसे बदलत जाणे स्वाभाविक होते. 'वैष्णव गोस्वामी : रूप' यांच्या 'हंससंदेशातील' गोपी ललिता हंस पक्षाला राधा आणि गोपी यांच्या विरहभावना व्यक्त करणारा संदेश घेऊन श्रीकृष्णाकडे पाठविते, तेव्हा याला संदेश रूपातील 'विरह बारहमासा' असे म्हणता येईल.[१] पंधराव्या शतकातील गुजराती कवी नरसी मेहता याच्या नावावर राधेच्या मुखातील 'विरह बारामास' नावाचे काव्य आढळते.[२] 'बारामास'सारख्या रचना मौखिक स्वरूपात प्रसृत झाल्या, पण त्यांना लिखित किंवा मुद्रित रूप लवकर न लाभल्याने काळाच्या ओघात त्या नष्ट झाल्या असाव्यात.

---

१. जे. बी. चौधरी The Hunsa duta of Waman Bhatt Bana, Calcutta 1941
२. फ्रेंच संशोधिका प्रा. शार्लोट बाल्डविल यांना डॉ. शं.गो. तुलपुळे यांचेकडून सतराव्या शतकाच्या अखेरीस तंजावर येथे रचिलेली मराठीतील एकमेव रचना उपलब्ध झाली. तथापि तिथल्या अन्य काही रचना नंतर आम्हांला उपलब्ध झाल्या. तंजावर भागात अशी रचना व्हावी हे कुतूहलजनक आहे.

बारहमासा काव्याचे विविध प्रकार

या काव्याचे मौखिक आणि वाङ्मयीन मुख्य दोन प्रकार आहेत. मौखिक रचना ही ग्रामीण परंपरेतून आलेली आहे आणि वाङ्मयीन रचना ही काव्यात्मक, कलात्मक आणि सुघटित असते. मौखिक रचनेतूनच वाङ्मयीन रचनेची निर्मिती झाली. ग्रामीण रचना ही अन्य कोणत्याही भाषेतील वाङ्मयीन रचनेचे अनुकरण करीत नाही. ती षड्ऋतू वर्णनाची अनुकृतीही नव्हे. ती समांतर अशी कृषी संस्कृतीतील रचना आहे. कृषिजीवन आणि वर्षातील कालमानानुसार बारा महिन्यांत होत राहाणाऱ्या सणावारांचे एक चक्र आहे. यातील चौमासा, षण्मास (षड्ऋतू), अष्टमासा, बारहमासा इत्यादींतील संख्या महत्त्वाची नसून, त्यात व्यक्त होणारा भाव महत्त्वाचा असतो. चौमासा किंवा अष्टमासा काव्यांची संख्या फार थोडी आहे आणि तिची कल्पना बारहमासा काव्यापासूनच घेतलेली असते. मात्र त्यातही चौमासा रचना प्रामुख्याने वर्षऋतूचे वर्णन करणारी असते. अन्य काव्यातील कथासूत्र वेगळे असले, तरी चौमासा काव्यात मात्र ते बदलत नाही. वर्षऋतूत पत्नीचा पतीपासून वियोग हाच भाव त्यात असतो.

प्राग युनिव्हर्सिटीतील प्रा.डी इवाविटेल[१] यांनी याचे पाच प्रकार सांगितले आहेत. १) धार्मिक बारामास, २) शेतकऱ्यांची बारामास गीते. ३) निवेदनात्मक (महाकाव्यांतर्गत) बारामास, ४) बारा महिन्यांच्या काळात पतीपासून दूर राहिलेल्या स्त्रीच्या मनातील विरहाची व्याकूळ भावना व्यक्त करणारी गीते. ५) पावित्र्याची, शुद्धतेची परीक्षा घेणारी गीते. यातील कृषिगीते विशेषत: बंगाली भाषेत अधिक आहेत. ती गीते विशेषत: लोकसमूहात म्हटली जातात. अशी गीते मराठीत मिळालेली नाहीत.

बंगाली 'मंगल काव्यात' विशेषत: ही काव्ये बोधपर स्वरूपात येतात. द्विजमाधव आणि मुकुंदराम चक्रवर्ती यांच्या 'चंडिमंगल' काव्यात पतिविरहाचे वर्णन असले, तरी त्याला 'विरह बारामास' म्हणता येणार नाही. कारण त्यात नायिकेच्या शारीरिक वेदनांची फक्त नोंद आहे. त्यात काव्यात्मक किंवा भावनात्मक भाग येत नाही. वैष्णव प्रभावामुळे या उपदेशपर बारामासाची परिणती विरह बारहमासात झाली असावी, असे प्रा. इवाविटेल यांना वाटते. वैष्णव द्वैतीमताप्रमाणे राधाकृष्ण यांचा विरह म्हणजे जीव आणि शिव यांचे द्वैत होय. सर्वांत प्राचीन उदाहरण म्हणजे अवधी भाषेतील मथनवी 'चंदायन'मध्ये असलेला मैनाचा 'बारामास' होय. मुस्लिम कवी मुल्ला दाऊद याने सन १३७५ मध्ये ते रचिले. लोरिक आणि चंदा या प्रसिद्ध दंतकथेचे सुफी

१.	The development of the Baromas in the Bengali Literature, Archiv Orientalni (29,1961)

स्वरूप म्हणजे 'चंदायन' काव्य. रूपवती चंदाच्या शोधात बाहेर पडलेल्या लोरिकची पत्नी मैना हिने व्यक्त केलेल्या आपल्या विरहभावना 'विरह बारामास' प्रकारात साकारत आहेत. मुल्ला दाऊदच्या 'चंदायन' या रचनेपूर्वीच लोरिक आणि चंदाची दंतकथा लोकप्रिय होती आणि त्यातच मैनेच्या मुखातील 'विरह बारामासची' रचनाही अंतर्भूत होते. काही ठिकाणी या मैनेचा 'विरह बारामास' स्वतंत्र रूपातही आढळतो. अवधी कथाकाव्यात 'विरह बारामास' स्वतंत्र रूपातही आढळते. अवधी कथा काव्यात 'विरह बारामास' ही रचना मुख्य कथावस्तूस अलंकार स्वरूपात येते, ती मूळ कथेचा भाग असत नाही. हा विरहभाव नायकाच्या पत्नीच्या मुखातून व्यक्त होतो. नायिका आणि सखी यांच्या संवादाचे रूप त्याला प्राप्त होते.

बिकानेरचे पंडित अगरचंद नाहता यांनी राजस्थानमधील 'बारहमासा' गीतांचा शोध घेऊन त्यांचे स्वरूप आपल्या ग्रंथातून स्पष्ट केले आहे. त्यांना उपलब्ध झालेल्या पहिल्या दहा हस्तलिखितात राजमतीचा नेमीनाथासाठीचा विरह याच्याशी संबंधित आहे. धरमसूरीची 'बारह नवाई' किंवा 'बारास्त्रोत्रे' ही सर्वांत जुनी रचना असावी असे ए.नाहता यांचे मत आहे. विरह 'बारहमासा' आणि 'षड्ऋतुवर्णन' म्हणजे संस्कृत अभिजात काव्याचे हे अनुकरण नव्हे, तर त्या दोन्ही समांतर पण पूर्ण स्वतंत्र रचना आहेत. त्या ठिकाणी निसर्ग हा विरहिणींच्या व्यथांची पार्श्वभूमी म्हणून येतो. निसर्गवर्णन आणि विरहभावना यांचे संयुक्त रूप अभिजात काव्यात नाही. जायसीने आपल्या 'पद्मावत' काव्यात विरह बारहमासा आणि अभिजात काव्यातील 'षड्ऋतुवर्णन' यांची जाणीवपूर्वक योजना केली आहे.

फाग-रासो-काव्य

'फाग' हा अपभ्रंश आणि प्राचीन गुजराती भाषेतील काव्यप्रकार व विविध करमणूक प्रकार यांची रचना आहे. रास किंवा रासो हा बंगालीतील 'जैत्र' (यात्रा) प्रमाणे लोकप्रिय, रंजक नृत्यगीतप्रधान प्रकार आहे. वसंतऋतूतील रंग उधळण्याच्या 'होळी' सणाशी 'फाग'चा संदर्भ आहे. 'फाग' काव्याचा प्रारंभ सामान्यत: वसंतऋतूच्या वर्णनाने होतो. वसंतऋतूतील वनश्रीचे सौंदर्य, आम्रतरूचे बहरणे, केतकीचा सुगंध, नव्या पर्णसंभाराने डवरलेला अशोक वृक्ष, कोकिळेचे कूजन आणि भ्रमराचे गुंजन त्यात असते. या पार्श्वभूमीवर नायिकेचा पती दूर गेल्याने तिला होणारे दु:ख यामुळे वसंतऋतूचे वैभव पाहून तिला आनंद होत नाही. पुढे तिला शुभशकुन होऊ लागतात आणि पतीच्या आगमनाची पूर्वसूचना तिला मिळते. दूरच्या प्रवासाहून पती परत येतो. प्रेमिकांचे मिलन होते. नंतर नायिकेचे सौंदर्य, अलंकार, प्रसाधने यांचे आणि उभयतांच्या प्रणयक्रीडांचे वर्णन येते. यातील प्रमुख दोन पात्रे यादव कुलातील असतात. नायक सावळ्या वर्णाचा असतो. हा कृष्ण आणि पूर्वेकडील

काव्यातील राधा ही पश्चिमेकडे रुक्मिणी असते. 'फाग' आणि 'विरह बारामास' या काव्यातील साम्य असे की, दोन्ही लोककाव्ये असून, ती ग्रामीण जीवनाशी निगडित आहेत. मात्र विरह बारामासातील स्मरण रंजनाचा सूर 'फागू'मध्ये मिळत नाही.

जुन्या गुजरातीतील जैन 'फागू' गीतात 'नेमीनाथ फागू' हे पारंपरिक काव्याचे चांगले उदाहरण आहे. विवाहाच्या दिवशी नेमीनाथाच्या भावी सासऱ्याने मारण्यासाठी आणलेले प्राणी पाहून त्याच्या मनात निवृत्ती विचार येतो. त्या प्राण्यांना वाचविण्याचा तो निश्चय करतो. संसाराचा आणि राजमतीचा त्याग करून तो पवित्र गिरनार पर्वतावर जातो. राजमतीच्या विरह वेदना आणि दु:ख यामुळे तो परत येतो आणि उभयतांचे मिलन होते. ही लोककथा म्हणजे अनेक 'विरह बारामासा' काव्यांचा पाया आहे. संन्यास धारण करण्यापूर्वी नैतिक परिवर्तन घडवून आणणारा त्याचा शेवट आहे. जिनपद्‌म सुरी याच्या 'स्थूलीभद्र फागू' या काव्यात पाटलीपुत्राचा राजा स्थूलीभद्र याचे कोशा या दासीच्या प्रेमात पडणे, बारा वर्ष तिच्याकडे राहाणे, विरक्ती निर्माण होऊन राज्यत्याग करणे, आचार्य संभूति विजय यांचेकडे दीक्षा घेणे, कोशाच्या घरी चातुर्मास्य आणि कोशाचेही संन्यास स्वीकारणे अशा घटना घडतात. जिनपद्‌म सुरीचे स्थूलीभद्र फागू हे राजशेखराच्या नेमीनाथ फागू या काव्याच्या अभिजाततेपेक्षा दूर आहे. त्यात वसंतऋतू, संयोग, शृंगार इत्यादी वर्णन नाही. पुनर्मीलन नाही, तर पूर्णत: वियोग आहे. त्याच्या पहिल्या ओळीत फागू असा उल्लेख येतो. वर्षऋतूत घटना घडल्या, तरी वसंतऋतूत त्या गायल्या जाव्यात. अशा प्रकारची विरहाकडून वैराग्याकडे नेणारी अपेक्षा आहे.

चौमासा आणि विरहगीत

वर्षऋतूतील एकाकी स्त्रीचे हे विरहगीत. या लोकगीताचेच वेगळे रूप संस्कृत 'दूतकाव्य' किंवा 'मेघदूता'मध्ये दिसते. 'गाथा सप्तशती'तही यातील काही धागे आहेत. याचा प्रारंभ आषाढ मासात होतो. त्या वेळी आकाश ढगाळ असते. काही वेळा याचा प्रारंभ श्रावणातही होतो. यात पतीच्या पुनरागमनाचा उल्लेख नसून, केवळ विरह व्यथांचे वर्णन असते. हा प्राथमिक अवस्थेतील लोकगीताचा प्रकार आहे. 'चौमासा' काव्यात केवळ विरहिणीच्या वेदनांचे वर्णन असते. ऋतुवर्णनाची नाट्यात्मकता त्यात असत नाही. प्रियकराचे परदेशगमन श्रावणाऐवजी कार्तिकात मानण्याचा चौमासाचा काळ आत्यंतिक उत्कट विरहाच्या भावनाविष्कारास योग्य म्हणावा लागेल. कार्तिकाचा काळ सैनिकाच्या स्वारीवर जाण्याचा किंवा तीर्थयात्रा-प्रवासास निघण्यास योग्य होय. विरह बारामासाचे मूळ वर्षगीतात असले पाहिजे. विरह बारामासात नायक किंवा नायिकेचा नामोल्लेख नसल्यामुळे तो निरनिराळ्या

संदर्भात उपयोगात येऊ शकतो. भावनांची समृद्धी, उत्स्फूर्तता, ग्रामीण जीवनातील वर्षाकाळाची आवाहन क्षमता यांच्या अभावी विरह बारामासा केवळ उपदेशपर गद्य प्रकारात राहिले असते.

पंथीय तत्त्वप्रसाराचे माध्यम

विविध धर्मपंथीयांनी आपल्या तत्त्वांचा प्रचार करण्यासाठी या माध्यमाचा उपयोग केला. अशी गीते ग्रामीण जीवनातील श्रोत्यांपुढे गायिली जात. जैन, नाथयोगी, सुफी आणि संत यांनी प्रापंचिक मोहातून दूर नेण्यासाठी आपल्या काव्यातून उपदेश केला आहे. नैतिक आणि धार्मिक उपदेशासाठी जैन कवींनी प्रथमत: हे माध्यम वापरले. विनयचंद्र सुरी यांचे 'नेमिनाथ चतुष्पदिका' हे जैन विरह बारहमासाचे सर्वांत जुने काव्य आहे. अवधी भाषेतील 'सुफी बारहमासा'चा एक परिपक्व नमुना म्हणजे मुहम्मद जायसीच्या 'पद्मावत' काव्यातील नागमतीचा 'विरह बारहमास' हे आहे. सुफी कवी 'विरह' हा शब्द पारशी 'इश्क' प्रमाणे मानतात. त्यातील प्रेमाचा शेवट दु:खाचा असतो. मिलनाचा नव्हे. सुफी कवींनी आपल्या काव्यात नायिकेऐवजी नायक हा विरहाचा बळी ठरतो असा नवा भाग आणला. त्यामुळे हिंदू काव्यातील विरहिणी सुफी काव्यात विरही बनते. परंतु हिंदू काव्यात विरह बारामास हे स्त्री काव्य म्हणून रूढ आणि प्रतिष्ठित झाले होते. त्यामुळे सुफी कवींना नव्याची स्थापना करणे सोपे झाले नाही. मुस्लिम कवींनी हिंदू कवींप्रमाणे 'विरह बारामास'मध्ये दुर्लक्षित पत्नीच्या विरहभावना रेखाटून प्रथेचा मान राखला आहे. हिंदू कवींनी धार्मिक शिक्षणासाठी बारामासाचा उपयोग केला आहे. बंगालीमध्ये धार्मिक बारामासा काव्यात वर्षाच्या बारा महिन्यांत विविध देवतांपुढे करावयाच्या धार्मिक विधींचे वर्णन आहे. विप्रदासाचे 'मानसमंगल' काव्य किंवा मंगल काव्ये ही याची उदाहरणे आहेत. चंडी, दुर्गा, मनसा यांची स्तोत्रे गायिली जातात. त्यांच्या कोपाची, भीतीची जाणीव भक्तजनांना करून देण्यासाठी ही रचना केली जाते. अकबराच्या दरबारातील गंगा या अजैन कवीने पहिलेच स्वतंत्र आणि ज्ञात असे 'बारामास' काव्य लिहिले आहे. शीख आणि संतकवींनीही उपदेशपर काव्यरचना केली आहे. सोळाव्या शतकातील गुरू अर्जुनसिंगचे पंजाबी 'बारमाह' काव्य 'गुरु ग्रंथसाहेब'मध्ये आहे. एक गीत स्वत: गुरुनानकांनी रचिले आहे. दुसरे गुरू अर्जुनसिंगांचे काव्य गद्य स्वरूपात आहे. सतराव्या शतकातील धरणीदासाच्या 'बारहमासा' काव्यावर सुफी विचारांचा प्रभाव आहे. यात विरहिणी आणि तिची सखी यांचा संवाद असून तिला विरहकाळात जीवनाची व्यर्थता जाणवते. तिची सखी तिला तिच्या पतीच्या शोधासाठी जाण्यास सुचवते; पण त्याची इच्छा असेल तेव्हा तो येईल असे नायिकेला वाटते. शेवटी दैवी नायक येतो

आणि नायिका स्वगृही आत्मरुपात आनंद साजरा करते. शेवटच्या तीन महिन्यांत पुनर्मीलनाच्या आनंदाचे वर्णन आहे. एकोणिसाव्या शतकात बारहमासाचे वाङ्मयीन रूप पलटुदास आणि राधास्वामी संप्रदायाचे प्रवर्तक शिवदयाळ यांच्या काव्यात आढळते. वाङ्मय प्रकार म्हणून 'बारहमासा' लेखनाची परंपरा आता संपली असली, तरी उत्तरेकडील लोकजीवनात ती मौखिक स्वरूपात अस्तित्वात आहे.

उत्तर भारतीय भाषांतील बारहमासा

वरील विवेचनाच्या अनुषंगाने उत्तरेकडील काही भाषांतील 'विरह बारहमासा' काव्यांचा परिचय आपल्याला करून घेता येईल. 'डाकेर वचन' हे डाका या कवीचे जुने बंगाली गीत आहे. ते कृषिसंस्कृतीशी संबंधित, पण आयुर्वेदातील उपचारांचे वर्णन करणारे आहे. यात विरहभावाचा अभाव आहे. या गीताची सुरुवात कार्तिक महिन्यापासून होते आणि शेवट आश्विन महिन्यात होते. प्रत्येक महिन्यातील ऋतुमानाप्रमाणे वेगवेगळे पदार्थ आहारात घेण्याची कल्पना त्यात आहे. कार्तिकामध्ये सुरण, मार्गशीर्षात बेलपत्र, पौषात कांजी, माघात सरसूचे तेल, फाल्गुनात आले, चैत्रात कटुपदार्थ, वैशाखात लिंब आणि ज्युटची पाने, जेष्ठात ताक, आषाढात दही, श्रावणात भाजलेले धान्य, भाद्रपदात तालवृक्षाची फळे आणि आश्विनात काकडी असे पदार्थ आपल्या आहारात असावेत. डाका म्हणतो असा माझा 'बारामास' आहे.

'श्रीकृष्ण कीर्तन' किंवा 'राधा चौमासा' हे बडु चंडिदास याचे जुने बंगाली गीत आहे. बासम या देवीचा भक्त असलेला बडु चंडिदास स्वत:ला बासलदास म्हणवितो. आषाढ ते आश्विन असा हा चौमासा आहे. पहिला श्लोक मालवश्री रागात आणि अन्य श्लोक श्रीरागात गावयाचे आहेत. या काव्यात नंदकिशोर कान्हाच्या वियोगाने विव्हळ झालेल्या राधेची व्यथा निसर्गरुपाच्या पार्श्वभूमीवर थोडक्यात पण उत्कटतेने व्यक्त केली आहे. जेष्ठ संपला. आषाढ येतो आहे. दक्षिण आकाशात दाट मेघ पसरले आहेत, पण अजून तो निर्दय कान्हा आला नाही. मेघ गर्जना करत आहेत. डोळ्यांतून अश्रुधारा वाहत आहेत. मला पंख असते, तर मी जिथे कन्हैया राहातो तिथे पोहोचले असते. श्रावणात पाऊस कोसळतो आहे. सुखशय्येवर मला क्षणभरही निद्रा येत नाही. मदनाच्या पुष्पबाणांनी मी घायाळ झाले आहे. भाद्रपदात रात्रंदिवस अंधार भरून राहातो. मोर, पपिहा आणि बेडकांच्या आवाजाचा कोलाहल माजतो. आषाढ महिन्यात कान्ह्याचे दर्शन झाले नाही, तर माझे हृदय फुटून जाईल. आश्विनाच्या शेवटी पाऊस संपला, ढग विखुरले, कास तरुफुलांनी बहरले. कान्हाविना माझे जीवन निष्फळ आहे, असे बासलदेवीचा भक्त चंडिदास गातो आहे.

मीराबाईच्या 'पदावली'मधील हा एक उतारा आहे. बारहमासा या राजस्थानी गीताची रचना 'देस' रागात केली आहे. मीराबाईच्या अन्य पदांप्रमाणेच प्रभुदर्शनाची उत्कट ओढ यातही आहे.

''हे प्रिया मला आपले दर्शन द्या. वारंवार मी तुमची प्रार्थना करते. माझ्यावर दया करा. बारामासातील ऋतूंची, निसर्गाची स्थित्यंतरे तिच्या मानसिक अवस्था दर्शवितात. जेष्ठ महिन्यात पक्षी पाण्याविना व्याकूळ होतात. आषाढात मोर टाहो फोडतो आणि चातक मेघांना साद घालतो. श्रावणात पर्जन्य कोसळतो आणि माझ्या सखी 'तीज' खेळतात. आश्विनात शिंपला स्वातीचे थेंब धारण करून सुखावतो. कार्तिकात प्रभूची पूजा असते आणि तू तर माझा परमेश्वर आहेस. मार्गशीर्षात कडाक्याची थंडी पडते. लवकर येऊन तू मला सांभाळ. पौषात घनदाट पांढरे धुके पडते. माझ्या मदतीला धावून ये. माघ महिन्यात वसंतपंचमी येते आणि सारेजण वसंतऋतूची गीते गातात. फाल्गुनात फाग खेळतात. जीर्ण वृक्षांची पाने गळतात. चैत्र महिन्यात तुझ्या दर्शनाची ओढ मनात निर्माण होते. मला दर्शन दे. वैशाखात वृक्ष फुलांनी बहरतात. कोकिळ आर्ततेने ओरडतो. कावळ्यांना उडवून लावण्यात माझे दिवस व्यर्थ जातात. (तुझ्या आगमनासाठी) मी उगीचच पंडितांना आणि ज्योतिषांना विचारीत राहाते. विरहिणी मीरा तुझे दर्शन कधी होईल या साठी व्याकूळ झाली आहे.'' मीरेच्या अन्य पदांप्रमाणेच या बारहमासातही प्रभू दर्शनासाठी झुरणारी, व्याकूळ, मीराच आढळते. अत्यंत मार्मिक शब्दांत ऋतूंचे बदलते रूप आणि प्रभू मिलनाची वाढत जाणारी तीव्रता मीराबाईच्या या पदात व्यक्त झाली आहे. अन्य विस्तृत बारहमासा काव्यापेक्षा या आटोपशीर काव्यात ऋतुवर्णन आणि विरहिणीची व्यथा यांचे उत्कट दर्शन घडते. मीराबाईच्या बारहमासा काव्याचा प्रारंभ जेष्ठ महिन्यात होतो आणि वैशाखात त्याची समाप्ती होते. यात प्रभू मिलनाचा प्रसंग नसल्याने संपूर्ण काव्य विरहिणीच्या व्यथांनी भरलेले आहे.

राजमती बारहमासा

ही जुन्या राजस्थानी हिंदीतील 'रासो किंवा रास' पद्धतीची पद्यमय रचना आहे. राजा बिसलदेव आणि त्याची पत्नी राजमती किंवा राजल यांचे प्रेम आणि वियोगावर आधारित असलेले हे काव्य सोळाव्या शतकात लिहिले गेले. कवी अज्ञात असला, तरी ते काव्य एक जैन कवी नरपा किंवा नाल्हा याचे असल्याचे मानतात. राजमतीचा पती राजा बिसलदेव कार्तिक महिन्यात स्वारीवर जातो. त्यामुळे राजमतीला अन्नपाणी नकोसे झाले आहे. मार्गशीर्षात दिवस लहान होतात.

राजाचा काही संदेश येत नाही. उंच पहाड, अरुंद घाटातून एक अनोख्या प्रदेशात तो गेला आहे. तिथून पत्रही येत नाही. थंडीचा पौष महिना आला. अन्नाची वासना राहिली नाही. नाहण्याची फिकीर नाही. शरीर अस्थिपंजर झाले आहे. माझं घर ज्वालास्थान वाटत आहे. माघात थंड धुके पडते. मी आणि सारे जग जणू जळत आहे. तुझ्या पत्नीची ही दुरवस्था पाहून तू उंटावरून दौडत परत ये. फाल्गुनात वाऱ्यामुळे झाडे झडतात, भूक आणि निद्रा नाहीशी होते. दिवस मोठे होतात. ऋतू बदलतो, पण माझा वेडा पती अजून माझ्याकडे येत नाही. मी जगते ते माझे तारुण्य म्हणूनच. चैत्रात स्त्रिया आपली शृंगारशस्त्रे सज्ज करतात. सगळे आनंद साजरा करीत असताना माझी काया मात्र अश्रूंनी भिजत आहे. मी होळी कशी खेळू? माझी फक्त अंगुली ओढली तरी माझा सारा हात निखळेल, इतकी मी दुबळी झाली आहे. वैशाखात नागवेलीच्या पानांनी स्त्रिया पाणी शिंपडतात. माझी सुवर्णकाया जलकुंभ म्हणून त्यासाठी का वापरत नाहीत. पण माझा धनी खरा स्वाद जाणत नाही. तो राजद्वारी पहारा करतो आहे. जेठानी, जेष्ठ महिना आला. माझे मुख कोमजले आहे, ओठ सुकले, दिवस तापत आहे, कोमल पाय जमिनीला स्पर्श करू शकत नाहीत. तरुण पत्नी होरपळत आहे. हंस सरोवर सोडून अज्ञात ठिकाणी गेला आहे. आषाढात घनदाट मेघमाला भरून येतात. नद्यातून पाणी वाहू लागते. धूळ निघून जाते. वेड्या हत्तीसारखे ढग उड्या मारीत आहेत. ते प्रेमपिशासारखे धावत येतात. अशावेळी त्या दूरच्या ठिकाणी माझा मतवाला रात्रपुत्र काय करीत आहे? श्रावणात पावसाची झड कमी होते. मी पियाविन कोणत्या आधारावर जगू? सगळे कजली खेळत आहेत. माझे हृदय 'पियू पियू' करीत आहे. मला हा श्रावणमास असह्य वाटतो आहे. भाद्रपदात पाऊस जोरात कोसळतो. उंच सखल भाग पाण्याने भरून जातात. हा जणू सागरच पसरला आहे. रात्र अंधारी आहे, विजा चमकत आहेत, मेघ पृथ्वीला आलिंगन देण्यासाठी वाकले आहेत; पण माझा वेडा पती हे काही पाहत नाही, परत येत नाही. आश्विन महिन्यात तरुण स्त्री अश्वपूजेची तयारी करते. कैलासाप्रमाणे आपलं घर ती सजविते. शुभ्र रंगात सौध रंगविते. दरवाजे आणि भिंती शुभ्र रंगविल्या आहेत. प्रमुदित मनाने ती गवाक्षात बसते, कारण आता तिचा वेडा पती लवकरच परत येणार असतो. कार्तिक ते आश्विन अशा बारा महिन्यांच्या काळात अकरा श्लोकात कवीने विरह वर्णन केलेले आहे. बारावा श्लोक नायकाच्या आगमनाच्या कल्पनेने हर्षभरित झालेल्या नायिकेच्या प्रतीक्षेचा आहे.

'नागमती बारहमासा' हे मुहम्मद जायसी या कवीचे प्राचीन अवधीमधील काव्य आहे. या काव्यात बारा भागात बारा महिन्यातील विरहिणीची अवस्था वर्णिली आहे. प्रत्येक ऋतू आणि नक्षत्रे यामुळे निसर्गात होणारे बदल आणि त्यांचा

नायिकेच्या मनावर पडणारा प्रभाव यांचे अत्यंत काव्यमय चित्रण कवीने केले आहे. तसे हे काहीसे दीर्घ जुन्या अवधीतील गीत असले तरी त्यातील काव्याशय रसिक मनाला मोहविणारा आहे. अनेक चमकदार कल्पनांनी काव्यात रंग भरला आहे. उदाहरणार्थ, आषाढातील धनदाट मेघ जणू युद्धाचे नगारे वाजवित आहेत. चमकणाऱ्या विजा परजलेल्या तलवारीसारख्या वाटतात. जोरदार पर्जन्यधारा बाणासारख्या वाटतात इत्यादी. काव्याचा प्रारंभ आषाढमासात म्हणजे वर्षाऋतूत होतो आणि जेष्ठमासात त्याची समाप्ती होते. निसर्गात घडणाऱ्या घटनांमुळे नायिकेची विरहावस्था उत्तरोत्तर बिकट होत जाते. सारे काव्य तिचे विरहावस्थेत होणारी होरपळ चित्रित करते. तिचा प्रिय आलेलाच नाही. विरहज्वाला सोसणाऱ्या या विकल नायिकेची कवी प्रशंसा करतो.

नेमिनाथ चतुष्पदिका किंवा राजल बारहमासा हे विनयचंद्र सुरी या कवीनी लिहिलेले एका जैन लोककथेवर आधारित असे प्राचीन गुजराथीमधील एक काव्य आहे.

यादव राजा उग्रसेन याची कन्या राजमती हिच्याशी विवाहाच्या दिवशी कृष्णाचा पुतण्या नेमीनाथ हा प्रपंचातून विरक्त होतो. लग्नाची मिरवणूक उग्रसेनाच्या महालाजवळ आल्यानंतर त्याच्या पटांगणात लग्नाच्या मेजवानीसाठी मारले जावयाचे अनेक प्राणी त्याला दिसतात. त्यांच्याविषयीच्या निर्माण झालेल्या करुणेमुळे नेमीनाथ त्यांना वाचविण्यासाठी प्रापंचिक मार्गाचा आणि त्याची प्रेयसी राजमती हिचा त्याग करून पवित्र गिरनार पर्वताकडे निघून जातो. त्याच्या विरहाने व्याकूळ झालेली राजमती शेवटी सर्वसंगपरित्याग करून त्याच्याकडे निघून जाते.

नेमिनाथ निघून गेल्यानंतर त्याच्या विरहाने व्याकूळ झालेल्या राजमतीचे बारा महिन्यांतील ऋतू आणि विव्हळ अंतरंग यांचे दर्शन बारहमासा काव्यात घडते. हा राजमती आणि त्यांच्यातील संवाद कवीने एकोणचाळीस कडव्यांत वर्णिला आहे. तिची सखी तिला नेमीनाथाच्या कठोर मनाची, कृतघ्नतेची कल्पना देते आणि नायिका त्याचा प्रतिवाद करते. जितक्या विरोधी कल्पना तिची सखी मांडते, तितक्याच तीव्रतेने राजमतीचे नेमीनाथाविषयीचे प्रेम व्यक्त होत जाते. काव्याचा शेवट जैन तत्त्वज्ञानाप्रमाणे राजमतीच्या साध्वी होण्यात होतो. तिच्या पाच सखींसह राजमती गिरनार पर्वतावर जाते आणि नेमीनाथाकडून दीक्षा घेते.

'श्री स्थूलिभद्र फागु' प्राचीन गुजरातीमधील हे काव्य जिनपद्म सुरी या कवीने लिहिलेले आहे. अनेक जैन कवींनी प्रचलित लोकप्रिय कथांवर आधारित काव्ये रचून त्याद्वारा आपल्या संन्यस्त दृष्टिकोनाच्या तत्त्वज्ञानाची मांडणी केली आहे. 'श्री स्थूलिभद्र फागु' हे ही असेच एक लोककाव्य, कोसा या लावण्यवती गायिकेविषयी प्रचलित होते. श्री जिनपद्म सुरी याने स्थूलिभद्र या पाटलिपुत्राच्या प्रधानपुत्राचे

कठोर वैराग्य आणि लावण्यवती कोसाची शरणागती व नंतरचा तिचा संन्यास स्वीकार यांचे वर्णन या काव्यात केले आहे. कोसाच्या सहवासात त्याने बारा वर्षे काढलेली असतात. पण स्वत: प्रधान झाल्यानंतर विरक्ती उत्पन्न होऊन स्थूलिभद्र आचार्य संभूति विजय यांचेकडून जैन दीक्षा घेतो. त्याच्या निश्चयाची परीक्षा घेण्यासाठी गुरू त्याला कोसाच्या घरी चातुर्मासाचे चार महिने घालवण्यासाठी पाठवतात, पण त्याच्या दृढनिश्चयापुढे कोसाच्या शृंगारलीला पराभूत होतात. कोसाला उपदेश करून आणि चातुर्मास पूर्ण करून स्थूलिभद्र आपल्या गुरुकडे परत जातो.

रूढार्थाने हे बारहमासा काव्य नाही. चौमासा म्हणावे, तर नायक-नायिकेचा विरह, ऋतुवर्णन, मिलन असे याचे स्वरूप नाही. नायक-नायिकेच्या घरी असूनही त्याच्या वैराग्यापुढे शृंगारोत्सुक नायिका हतबल होते. वर्षाऋतूत ही कथा घडत असल्याने त्याचे वर्णन कवीने दुसऱ्या कालखंडात केले आहे. पण काव्याच्या शेवटी 'जिनपद्म सुरीने रचिलेले हे काव्य प्रत्येकाकडून मोठ्या आनंदाने गायले, नाचले, खेळले जावे' अशी अपेक्षा कवीने व्यक्त केली आहे. विरहाची परिणती या काव्यात वैराग्यात झालेली आहे.

सात काव्यखंडात (भासा) या काव्याची रचना झालेली आहे. काही श्लोकांच्या काव्यखंडास 'भास' असे नाव आहे. पण हे काव्यखंड सर्वत्र समान श्लोकसंख्येचे नाहीत. काही श्लोकानंतर एक दोहा रचना येते. समीक्षकांच्या मते 'चौमासा'चे रुपांतर 'फागु'मध्ये करताना अशी सरमिसळ रचना झाली असावी. पहिल्या पाच काव्यखंडांची रचना चार चरणांचे तीन श्लोक आणि शेवटी दोन ओळींचा दोहा अशी असल्याने तिला 'चतुष्पदिका' म्हणता येण्यासारखे आहे; पण आधुनिक काव्यातील 'सुनीत' रचनेप्रमाणे अखेरच्या ओळीत वेगळा विचार नसून, मूळ काव्यखंडातील आशयाला सुसंगत अशी त्याची मांडणी आहे.

मराठीतील बारामास काव्ये

मराठीतील 'बारामास' काव्याचा शोध आणि अभ्यास करण्याची प्रेरणा मला प्रथमत: संकेश्वर भागात मिळालेल्या एका हस्तलिखित बाडातील 'बारामास' या संपूर्ण काव्याच्या वाचनाने मिळाली आणि तंजावरपासून धुळ्यापर्यंत ठिकठिकाणच्या हस्तलिखित संग्रहात, मुद्रित ग्रंथसंग्रहात मला अशी नऊ ते दहा काव्ये उपलब्ध झाली. त्यातूनच या काव्यप्रकाराच्या विविध अंगांचा परामर्श घेऊन मूळ काव्यासह संपादित करण्याचा विचार मी निश्चित केला. अमृतराय यासारख्या मध्ययुगीन सुमधुर आणि विविध छंदात रसपूर्ण काव्यरचना करणाऱ्या कवीचे 'दवादशमास वर्णन' नावाचे काव्य श्री. वामन दाजी ओक यांनी संपादित केलेल्या 'महाराष्ट्र कवी

अमृतरायकृत कवितासंग्रह' या ग्रंथामध्ये उपलब्ध झाले. ती अर्थातच पंडिती वळणाची संस्कृतप्रचुर काव्यरचना आहे. असेच एक दुसरे काव्य श्री. जनार्दन बाळाजी मोडक यांनी संपादित केलेल्या 'अनेक कवीकृत कवितां'च्या दुसऱ्या भागात 'द्वादशमास' या नावाने उपलब्ध झाले. ही चाळीस श्लोकांची अपुरी रचना आहे. ती अपुरी असल्यामुळे तिच्या कर्त्याचे नाव उपलब्ध झाले नाही. तंजावरकडील कवीमध्ये सयाजिबा आणि नारायण प्रभू या दोघांच्या नावावर 'बारा मासा' आणि 'षड्ऋतुवर्णन' ही काव्ये मिळाली. रुक्मांगद हे १६८४ ते १७१० या काळात होऊन गेलेल्या तंजावरचे राजे श्रीशाह महाराज यांच्या दरबारात राजाश्रित कवी होते. रुक्मांगद यांचे अनेक भाषांवर प्रभुत्व होते आणि विविध प्रकारची काव्यरचना त्यांनी केलेली आहे. त्यांच्याच वंशातील गंगाधर कोनेरी सुत शेष इ. कवींनी अनेक प्रकारचे ग्रंथ लिहिलेले आहेत. रुक्मांगद हे केवळ पंडित कवी नव्हते. ते शस्त्रास्त्रविद्येत प्रवीण असून, सैनिकांना ते त्याचे शिक्षणही देत, असे त्यांनीच आपल्या एका काव्यात म्हटले आहे.

या पृथ्वीत अनंतपंत वसती तैसा नव्हे तो कवी ।
जो रुक्मांगद शस्त्रशास्त्र बिषई विद्याजना शीकवी ॥

तंजावरचे राजे हे स्वत: नृत्य-नाट्य-गान प्रवीण असल्यामुळे त्यांना या प्रकाराच्या आविष्कारात विशेष रुची होती. त्यांनी स्वत:ही या विषयावर ग्रंथरचना केली आहे. त्यामुळे राजकवी असलेल्या रुक्मांगदाने नाट्य आणि नृत्य स्वरूपात सादर करण्यासाठी 'अभिनव बारामास' या नावाचे काव्य लिहिले. या खेरीजच्या अन्य 'बारामास' काव्यांचे कवी 'अनाम' आहेत. या सर्व रचना पुरुषांच्या आहेत. त्यांचे स्वरूप लोकगीतांचे नसून, श्लोक किंवा तत्सम प्रकारांत त्यांची रचना झालेली आहे. 'महाराष्ट्र सारस्वत' या ग्रंथात श्री. विनायक लक्ष्मण भावे यांनी जीवन या नावाच्या कवीच्या काव्याचा थोडा परिचय करून दिलेला आहे. त्याचे स्वरूप बारामासाच्या पद्धतीचे आहे. मूळ काव्य उपलब्ध नसल्यामुळे श्रीयुत भावे यांनी यासंबंधी केलेल्या विवेचनाचा आधार घेणे इथे आवश्यक आहे. ते म्हणतात,
याच सुमाराचा 'जीवन' नावाच्या एका कवीने लिहिलेला 'अनुभवलहरी' या नावाचा एक प्रबंध आहे. याचे चार प्रसंग आहेत. एक गृहस्थ बेरोजगारी असा घरात बसून असे, हे पाहून त्याच्या कुटुंबातली माणसे त्याला फार टाकून बोलली व पदोपदी त्याचा अपमान आणि पाणउतारा करू लागली.

धनावेगळे सौख्य संतोष नाही । धनावेगळा मान सन्मान नाहीं ।
धनावेगळा तो जना आवडेना । धनावीण जो तो मृतासाम्य जाणा ॥

ही जगाची रहाटीच आहे. एक दिवस त्याला त्याची घरची माणसे फारच दुरुत्तरे बोलली. ती ऐकून त्याच्या बायकोस अतिशय खंती उत्पन्न झाली.

सतिस हें बहु वाइट वाटलें । नयनिं किंचित बाष्पही दाटलें ।
विषम मानस दुश्चित बैसली । विघुरली वसुधातळ न्याहळी ॥

अशा स्थितीत सारा दिवस घालविल्यावर रात्र पडली आणि तिची आणि नवऱ्याची गाठ पडली. तेव्हा तिने नवऱ्यास काहीतरी रोजगार धंदा पाहाण्याविषयी फार आग्रहाने सांगितले. घरात जावा, नणंदा कशा टोचून बोलतात व त्याचा कसा संताप येतो, हे त्यास सांगताना ती थोडी दुरुत्तरेही बोलली. एकांतातले बायकोचे हे शब्द ऐकून 'मातापिता, भगिनी आणि समस्त लोकां'चा निरोप घेऊन तो दुसरेच दिवशी रोजगारासाठी घर सोडून बाहेर पडला. थोडेच दिवसांत त्याने सैन्यात नोकरी पत्करली व तो सैन्याबरोबर दूरदेशी गेला. आपल्या यजमानांना रोजगार लागला हे पाहून स्त्रीला प्रथम फार बरे वाटले. परंतु सैन्याचे मुक्काम दूर देशात गेल्यावर तिकडील हकिकती ऐकून तिला वाईट वाटू लागले व तिकडील कष्ट मनात आणून ती दुःख करू लागली.

कळकळित उन्हाळा काळ कर्मेल कैसा ।
तळमळि मन जैसें जाळियांतील मासा ॥

असे मनात येऊन तिला घरातल्या घरात फार हुरहुर वाटे.

चालोनि गेल्या श्रमल्या दुपारा । नेत्र क्षुधेनें फिरती गरारा ॥
तंबूमध्ये उष्ण बहू उबारा । तेव्हा तया घालिल कोण वारा ॥

एखादे वेळी पाऊस पडला तर मग,

वारा पाऊस सोसितां तव बहू रानामधें राहती
रात्री चाचड झोंबती क्षिति किती सांगू गळो ही स्थिति ।
झाले कूच म्हणोनि गुल्ल करितां रात्रींच पै उठती ।
हा हा कष्ट किती म्हणोनि श्रमती कोणासि ना सांगती ॥

इकडे स्त्रीची अशी स्थिती होई व तिकडे नवऱ्यालाही घरच्या आठवणी येत—

मुकामास येतांच निद्रेस जेव्हां । मुलें लेकरें आठऊ होय तेव्हां ॥

कोणी आल्या-गेल्या वार्तिकाबरोबर घरून 'पापड-लोणचीं' वगैरे जिन्नस व वाळविलेले दही, आंबेत भिजवून वाळविलेल्या शालूचा फडका, वगैरे उपयोगी पदार्थ आणि स्वहस्तें लिहिलेलें पत्रही बायको पाठवी. ते पाहून त्या दूर रानावनांत

नवऱ्याला फार आनंद वाटे; इत्यादी सर्व बारीकसारीक गोष्टीही यात लिहिल्या आहेत. एखादे वेळी सैन्यातून नवराही काही वस्तू घरी पाठवी.

चोळी सुंदर राजहंस लिहिले भूजांवरी साजिरे ।
तूंते पाठविली अपूर्व बरवी हे आपुले आदरें ॥

अशा प्रकारचा या प्रबंधाचा विषय आहे. या लहानशा काव्याचा इतका खुलासा करण्याचे कारण असे की, हे एक त्या वेळची समाजस्थिती दाखविणारे व घरगुती मनोविकार सरळ भाषेत सांगणारे गोड प्रकरण आहे. हा एक नमुना झाला. पण असली प्रकरणे स्वानुभवावरून किंवा प्रत्यक्ष डोळ्यांनी स्थिती पाहून कवी लिहू लागले होते, हे यावरून स्पष्ट होते. याच प्रकारचे 'शिवराम' नावाच्या कवीचेही एक लहानसे प्रकरण आहे. यात पतिराज दूर देशात गेले असता घरी बायकोने निरनिराळे सणावाराचे दिवस कसे घालविले, याचे वर्णन आहे. याप्रमाणे सुमारे एक वर्ष गेल्यानंतर एक दिवस सेवकाने येऊन यजमान आल्याची खबर सांगितली.

ऐकुनी असा शब्द भामिनी । वस्त्र सांवरी तुष्टली मनीं ।
येउनी गृहद्वारिं पातली । पावली म्हणे देवमाउली ॥
तो उभा असे आंगणीं पती । देखुनी तिला अश्रु लोटती ॥
हर्ष अंतरी फार वाटला । विरहशोक तो सर्व सांडला ॥

आणि मग ते दिवशी तिने 'रुचकर व गोड' पदार्थांची पाकसिद्धी करून मोठ्या आनंदाने पतीस वाढून भोजन केले. त्या दिवशी 'वाटे तिला दिवस का अति थोर झाला.' पण तो लांब आणि कंटाळवाणा दिवस सरून रात्रही आली व प्रवासातल्या सुखदु:खाच्या गोष्टी बोलण्यास आणि

त्यजूनीयां मातें बहु दिवस गेलेत रमणा ।
मनामध्ये कांहीं कधिं तरि तुम्हां येत करुणा ॥

असे रागावून सांगण्यास फुरसत सापडली.

साधारणपणे 'बारा मास' म्हणून विठ्ठल, त्र्यंबक वगैरेंची जी प्रकरणे आहेत ती असल्याच धर्तीवर रचिलेली आहेत. कोणी कोणी त्यात अनुभवसिद्ध गोष्टी सांगून त्यांना विशेष गोडी आणिली आहे व कोणी अगदीच ठरीव वर्णने केली आहेत, इतकाच यात भेद आहे.''१

---

१. महाराष्ट्र सारस्वत : पृष्ठ ४६० ते ४६२.

मराठीतील लौकिक काव्ये

महाराष्ट्र सारस्वतकार वि.ल. भावे यांनी आपल्या सर्वसमावेशक वाङ्मयेतिहासात अशा तऱ्हेच्या शृंगारपर काव्याचाहि आपल्या रसिक व चोखंदळ वृत्तीने समावेश केला आहे. पण त्यांनाहि अशी दोन–चारच काव्ये उपलब्ध झालेली दिसतात. प्राचीन मराठीतील बहुतांश काव्ये (स्फुट किंवा ग्रंथरूपातील) परमार्थ विचार आणि भक्तिभावाने युक्त आहेत. लौकिक किंवा शृंगारपर रचना त्याहि काळात होत असणे स्वाभाविक आहे. कारण मानवी जीवनात शृंगार हा एक स्थायीभाव आहे. त्याचा उघड आविष्कार शिव आणि पेशवेकाळात कलेला राजाश्रय मिळाल्यानंतर पंडिती काव्यात किंवा लोकजीवनातील लावणी वाङ्मयात मुक्तपणे झालेला दिसतो. याचा अर्थ यापूर्वी असे काव्य निर्माण होत नव्हते असा नाही. ती विपुल प्रमाणात उपलब्ध झाली नाहीत. याला दोन कारणे आहेत. १. परमार्थ विचाराने भारलेल्या समाजात शृंगारयुक्त काव्याला प्रतिष्ठा नव्हती. आणि २. संत वाङ्मयाला सांप्रदायिक अधिष्ठान मिळाल्यामुळे त्याचा प्रसार आणि संग्रह उत्तरोत्तर वाढत चालला. लौकिक काव्याला अशी प्रतिष्ठा किंवा संप्रदायाचा आधार नसल्याने त्याची निर्मिती होत राहिली तरी प्रसारावर मर्यादा आल्या. पण समाजातील प्रतिष्ठित रसिकांकडून काही वेळ मनोरंजनासाठीही दिला जाई व त्यांच्याकडून शृंगारपर लौकिक काव्यांना आश्रय मिळून त्यांचा संग्रह केला जाई. त्यामुळेच भक्तिपर स्फुट आख्याने उदाहरणार्थ, सुलोचना गहिवर, श्रियाळ चरित्र, संतांचे अभंग, भारुडे, भूपाळ्या इत्यादी असलेल्या बाडात 'बारामास'सारखी काव्ये उपलब्ध होतात. प्राचीन मराठी काव्यात प्रामुख्याने परमार्थ आणि भक्तिभाव यांना प्रतिष्ठा लाभलेली दिसते. लौकिक जीवन किंवा सभोवतालचा निसर्ग यातील सौंदर्याचे दर्शन ज्ञानेश्वर किंवा मुक्तेश्वर यांसारखे अपवादात्मक कवी सोडले, तर अन्य वाङ्मयात सहसा आढळत नाही. त्यामुळेच बारामास काव्यातील नायिकेच्या भावभावना वास्तविकत: बारा महिन्यांतील ऋतूंच्या अनुषंगाने भोवतालच्या निसर्गातील बदलांवर अवलंबून असतात. पण मराठी कवी निसर्गसौंदर्याच्या वर्णनात रमत नाहीत. त्यामुळेच अशा वियोगशृंगारातील काव्याला निसर्गवर्णनाची साथ 'मेघदूत'प्रमाणे रंगत आणते, तशी मराठी 'बारामास' काव्यात आलेली नाही. वास्तवात निसर्गाच्या स्थितीचा परिणाम मानवी मनावर त्या त्या ऋतुमानाप्रमाणे होत असतो. पण निसर्गवर्णनातून आपल्या भावना व्यक्त करण्याऐवजी क्रमश: येणाऱ्या सणावारांचे वर्णन त्यात येते. प्रापंचिक स्त्रीच्या जीवनात अर्थातच त्यांनाही महत्त्व असते.

उत्तर भारतातील सहजस्फूर्त 'बारहमासा' काव्ये हा तेथील कृषिजीवनाचा स्वाभाविक आविष्कार आहे. अशा लोककाव्यांनाच पुढे विदग्ध शैलीतील महाकाव्याचे रूप प्राप्त झालेले दिसते. मराठीतील बारामास काव्ये ही अशीच निर्मिती आहे. परंतु

त्याचे मूळ उत्स्फूर्त रूप दुर्दैवाने उपलब्ध नाही. त्यामुळे यातील काही काव्यांना पंडिती वळण लाभले आहे. रंजनात्मकता हा त्यांचा प्रमुख विशेष आहे. रुक्मांगद कवीच्या 'अभिनव बारामास' यांसारखी काव्ये तर अभिनीत करण्यासाठीच लिहिली जात. काही पंडित कवींनी आपल्या काव्याची सुरुवातच मिलनातील अतिरिक्त व अप्रस्तुत शृंगारवर्णनाने करून पुढे वियोगातील शृंगारवर्णन केले आहे. त्यामुळे 'बारामास' काव्यातील अपेक्षित स्वाभाविकता, मुक्तपणा, भावोत्कटता यांच्या अढळ अशा काव्यांतून होत नाही. स्त्रियांच्या रचनांतील मोकळेपणा, निरागसता ही त्याची खासियत असते. पण दुर्दैवाने एकाही मराठी स्त्रीचे अशा प्रकारचे काव्य उपलब्ध झाले नाही. हासुद्धा तत्कालीन सामाजिक पर्यावरणाचाच परिणाम म्हणावा लागेल.

'बारामास' काव्यातील विरही स्त्रीचा पती यात्रा, व्यापार इत्यादी निमित्ताने प्रवासास गेलेला असतो. बारा महिने संपता संपता बहुधा तो परत येतो. अशा काव्याची सुरुवात चैत्र, श्रावण किंवा कार्तिक महिन्यापासून होते. या नंतरच्या वर्षभराच्या काळात होणाऱ्या विरह वेदनांचे कथन नायिका आपल्या सखीजवळ करते. तसा हा उभयतांतील संवादच असतो. नायिका आपल्या विरहभावनांचे परोपरीने कथन करीत राहाते. याठिकाणची सखी ही केवळ श्रोता असते. क्वचितप्रसंगी नायक आल्याची किंवा येत असल्याची सूचना ती देते. त्यामुळे दुःखित स्त्री आपले दुःख विसरून हर्षभरित होते. संस्कृत काव्यातील अष्टनायिकांपैकी अशा विरही अवस्थेत असणाऱ्या स्त्रीला प्रेषित भर्तृका असे नाव आहे. तिचा पती एकतर लवकरच प्रयाण करणार असतो किंवा प्रवासास निघत असतो किंवा प्रवासास गेलेला तरी असतो. या विरहकाळात येणाऱ्या सण-समारंभात स्त्रीसुलभ भावनेने वस्त्राभरणांनी नटून सहभागी व्हायचे असते; पण पतीजवळ नसल्यामुळे तिला ही हौस भागवून घेता येत नाही.

मराठी सण व कुळाचार

मराठी बारामास काव्यातील उल्लेखित सणांचा विचार केला, तर असे लक्षात येते की, या काव्यातील मराठी स्त्री (किंवा मराठी माणूस) महाराष्ट्राबाहेर कुठेही असला, तरी तो आपला कुळधर्म, कुलाचार निष्ठेने पाळत असतो. आणि हे सण मुख्यत: महाराष्ट्रात साजरे केले जातात. दक्षिणेतील सणांचा उल्लेख त्यात येत नाही. आषाढी एकादशीच्या आणि श्री पंढरीश दर्शनाचा उल्लेख त्यात आहे. अक्षयतृतीया आणि महाळचा सण (पितृपंधरवडा) या काळात पितरांचे आवर्जून स्मरण केले जाई. काव्याचा प्रारंभ कार्तिक महिन्यापासून होतो. स्वाभाविकपणे

साजरी होणारी दीपावली, बलिप्रतिपदा, बीजपंचमी, दीप लावणे, तुलसीपूजन, वनभोजन-आवळीभोजन, कार्तिक एकादशी साजरी होते. मार्गशीर्षांत चंपाषष्ठी, धनुर्मास, चित्रान्न तयार करणे, मार्तंडषष्ठी, पौषामध्ये संक्रांत हा विडे-सुगडे देण्याचा सण, पर्वकाळी तिळस्नान, दीपदान, तीळ-बोर-हळदकुंकू यांच्या वाणांनी ओटी भरतात. माघात शिवरात्र येते. निराहार उपवास करून श्री शंकराची पूजा केली जाते. फाल्गुनात वसंतोत्सव येतो. त्या वेळी परस्परांवर अबीर, गुलाल, सुमनजल शिंपडतात. चैत्र महिन्यात गुढीपाडवा. हिंदोळ्यावर गौरीपूजन होते. शंकरास दवणा वाहिला जातो. काही काव्यातील नायक या महिन्यात परदेशी प्रयाण करतात. वैशाखात अक्षयतृतीया असते. पानकपूजन केले जाते. केशवकथा होते. द्विजांना जलकुंभदान आणि दधिभोजन दिले जाते. जेष्ठ महिना वटपौर्णिमेचा. पतीच्या सुरक्षिततेसाठी प्रार्थना करण्याचा. आषाढात ठाणवायीचा सण असतो. आषाढी एकादशी येते आणि श्री पंढरीश दर्शनाची आस लागून राहाते. श्रावण हा तर सणांचाच महिना. नागपंचमी, गोकुळाष्टमी, श्रावणी सोमवारचे व्रत, शिवपूजन, मंगळागौरी, पोवनती पुनव (देवाला दोरे वाहणे) इत्यादी सण साजरे होतात. भाद्रपद हा गणेशपूजनाचा महिना. याचवेळी पोळ्याचा सणही येतो. हरितालिका, शिवपार्वती पूजन, गौरीपूजन, श्री गणराज चतुर्थीव्रत असते. याच महिन्यांत महाळासाठी पितृपंधरवडा पाळला जातो. आश्विन महिन्यामध्ये दसरा सण. घटस्थापना, नवरात्र, शस्त्रपूजन होते. सीमोल्लंघनास शमीपूजन करून गीतवाद्यांसह घरी आणून ते शमीपत्र रमणीस सोने म्हणून दिले जाते. दीपोत्सव साजरा होतो आणि 'सप्तशती'चे वाचन केले जाते. मराठी माणसाच्या सांस्कृतिक जीवनाचे दर्शन यातून घडते.

भारतीय कलावंतांनी राधा-कृष्णरूपात भक्तिपासून शृंगाररसापर्यंतच्या भावच्छटा व्यक्त केल्या आहेत. साहित्य, संगीत, नृत्य, नाट्य आणि शिल्प या पाचही ललितकलांच्या माध्यमांतून त्या अभिव्यक्त झालेल्या दिसतात. 'बारामास' हा काव्यप्रकारही याला अपवाद नाही. उत्तर भारतात नृत्य-गायनाच्या रूपात बारहमासा काव्य गायिले जाते. याच कथानकावर आधारित विविध शैलींतील चित्रमालिका प्रथितयश चित्रकारांनी रेखाटल्या आहेत. राजस्थानी, कांग्रा इत्यादी शैलींतील चित्रांतून उत्कृष्ट निसर्ग-पार्श्वभूमी, देखणे नायक-नायिका, तिच्या सख्या व दासी, उचित-उठावदार रंगसंगती आणि त्या-त्या प्रसंगाचे यथोचित वर्णन करणारा दोहा यांनी युक्त अशी अनेक चित्रे चित्रकारांनी रेखाटली आहेत. अशा चित्रांचे संग्रह- भारत कलाभवन, वाराणसी, सुकेतचे राजे, भूरिसिंध म्युझियम चम्ना, कस्तुरभाई लालभाई हस्तलिखित संग्रह, अहमदाबाद, भारत इतिहास संशोधन मंडळ, पुणे, श्री समर्थ वाग्देवता मंदिर, धुळे इत्यादी ठिकाणी आहेत. औरंगाबादच्या डॉ.

आंबेडकर मराठवाडा विद्यापीठाच्या 'हिस्टरी म्युझियम'मध्ये 'बारहमासा पेंटिंग्ज'चा उत्कृष्ट संग्रह आहे. त्याचे क्युरेटर डॉ. एस.बी. देशमुख यांनी तो संपादित करून प्रसिद्ध केला आहे. प्रत्येक चित्रात त्या-त्या ऋतुचक्राचे चित्रण एका स्वतंत्र पृष्ठावर करण्यात आले आहे. अशा चित्रांना दुहेरी चौकट असते. या चित्रांसाठी ऑलिव्ह ग्रीन, ब्लू सदृश ग्रीन, आयव्हरी-व्हाईट, फिकट ब्लू ब्लॉक, चॉकलेट ग्रीन इत्यादी रंगांचा वापर करण्यात आला आहे. वेशभूषेचे कपडे आणि नेपथ्य यासाठी फिकट गुलाबी रंगछटांचे हलके आणि दणकट रूप देण्यासाठी योजना केली आहे.

या संग्रहातील बारहमासा चित्रे राजस्थानी शैलीतील असून, ती अनेक प्रकारे प्रेक्षणीय आहेत. प्रत्येक चित्राच्या शीर्षभागी जनराज या कवीच्या हिंदी पदाची योजना करण्यात आली आहे. या पदांतून सहा ऋतू आणि बारामासांचे आल्हाददायक वर्णन असते. अठरा आणि एकोणिसाव्या शतकात राजस्थानी शैलीतील पेंटिंग्ज निर्माण झाली. बडोदा, ग्वाल्हेर, चंदीगड, अहमदाबाद इत्यादी ठिकाणी त्यांचे संग्रह आहेत. काव्यातील कथा अधिक परिणामकारक व्हावी यासाठी आणि त्यातील व्यक्तिरेखा अधिक आकर्षक व आल्हाददायक करण्यासाठी विविध प्रकारच्या रंगछटांचा वापर करण्यात आला आहे. काव्यातील भावानुसार हिरवी वनश्री, डेरेदार आम्रतरू, मेघ आणि विजा, राजप्रासादांचे भव्य सौध या पार्श्वभूमीवर व्यक्तिरेखा चित्रित झाल्यामुळे काव्याचा आशय उठावदार होण्यास मदत होते. कालिदासाचे 'ऋतुसंहार' हे अशा प्रकारच्या ऋतुवर्णनाचे प्रारंभीचे काव्य होय. बारहमासा काव्यावरील पहिले ज्ञात पेंटिंग 'लोरिक चंदा' या मध्यभारतातील काव्यावर आहे. पंजाब, पतियाळा आणि लाहोर येथील संग्रहालयात अशी पेंटिंग्ज उपलब्ध आहेत. अशाप्रकारे बारामास या काव्यप्रकाराचे आकर्षण जनसामान्यांपासून अभिजनांपर्यंत, सामान्य रसिकांपासून कलावंतांपर्यंत सर्वांनाच असल्याचे स्पष्ट होते. बारामास हा काव्यप्रकार महाराष्ट्रात चित्रमालिकांच्या रूपाने प्रस्तृत झाल्याचे दिसून येते.

मराठीतील उपलब्ध 'बारामास काव्या'चा परिचय पुढे करून दिला आहे. त्यांच्या मूळ संहिताही त्यापुढे दिल्या आहेत. या काव्याचे मूळ, प्रसार आणि त्याचे मराठी रूप याविषयी केलेल्या चर्चेमुळे रसिकांना या काव्यांचा आस्वाद चांगल्या प्रकारे घेता येईल असा विश्वास आहे.

अमृतरायाचे 'द्वादशमासवर्णन'

मध्ययुगीन प्रसिद्ध कवी अमृतराय यांनी 'द्वादशमासवर्णन' या नावाने तेरा श्लोकांचे एक काव्य लिहिले आहे. ते श्री. वामन दाजी ओक यांनी संपादित केलेल्या महाराष्ट्र कवी अमृतरायकृत कविता संग्रहामध्ये

उपलब्ध झाले. 'द्वादशमासवर्णन' या शीर्षकावरील टिपेत संपादकांनी म्हटले आहे.

'मदनशरहत' राधेची कृष्णविरहाने बारा महिन्यांत कशी स्थिती झाली, ती यात वर्णिली आहे.' (पृ. १७९) प्रस्तुत काव्य आणि मला उपलब्ध झालेले 'बारामास' काव्य या दोहोंत रचनादृष्ट्या साम्य आढळते. विरही स्त्रीच्या अंतरंगाचे दर्शन श्लोकांतून होते. दोन श्लोकांदरम्यान लोकछंदातून धावत्या गतीने बाह्यजीवनात आणि निसर्गात होणाऱ्या घडामोडींचे वर्णन येते. म्हणजे तशी ही दुहेरी स्वरूपाची आणि श्लोकसंख्येपेक्षा दुप्पट अशी रचना असते.

उपलब्ध 'बारामास' किंवा 'द्वादशमास' काव्यात राधाकृष्ण संबंधात असलेले एकमेव काव्य अमृतरायांनी रचिले आहे. त्यामुळे त्याचे वेगळेपण उठून दिसते. मध्ययुगीन मराठी काव्यात लौकिक शृंगारभाव राधा आणि कृष्णाच्या प्रतीकरूपात व्यक्त झाला आहे. गौळण आणि लावणी हे दोन काव्यप्रकार अभिव्यक्तीस पूरक ठरले आहेत. तथापि 'बारामास' हा काव्यप्रकार संपूर्णत: लौकिक पातळीवरील मानवी भावभावनांचा नि:संकोच आविष्कार करतो. त्यामुळेच मध्ययुगीन मराठी काव्यातील शृंगार काव्यांच्या सुप्त प्रवाहांचे प्रतिनिधित्व करतो. राधा-कृष्ण प्रेमाच्या बुरख्याआड लपण्याची आवश्यकता या कवींना वाटलेली नाही. त्यामुळेच त्यात खऱ्या अर्थाने लोकमानस प्रकट झालेले दिसते. अशा काव्याचे जनक अनामिक राहिल्यामुळे त्यांना लोकरूढ लोकगीताचे स्वरूपही प्राप्त झालेले आहे. अमृतरायासारखा पंडित कवी हे काव्य संस्कृत शब्दांच्या प्रौढ अलंकरणात आणि राधाकृष्ण प्रेमाच्या अवगुंठनात रमतो, त्या वेळी लोकगीतातील मुक्तपणा त्यामधून स्वाभाविकतयाच हरवतो आणि पंडितकवींच्या बांधेसूद आख्यानकाव्याची कळा त्याला प्राप्त होते. तरीही अशातऱ्हेचे काव्य अमृतरायासारखा कवीच स्वत:च्या नावावर लिहिताना दिसतो. याचे कारण त्याची रसिकता आणि शृंगारप्रवणता प्रेषित भर्तृकेच्या यातना त्यांना जाणवतात, त्या राधेच्या रूपात! त्यामुळे अपवादात्मक असले तरी पंडिती स्तरावर प्रस्तुत विषयावरील या काव्यामुळे मराठीतील अनामिक कवींच्या काव्यरचनांचे वेगळेपण आणि महत्त्व सिद्ध होण्यास मदत होते.

कृष्णाच्या विरहाने तळमळणाऱ्या राधेची व्यथा कवी विविध प्रकारे वर्णितो. या काव्याचा प्रारंभ कार्तिक मासापासून होतो आणि गोविंदाच्या आगमनानंतर त्याच्या मिलनाच्या आनंदात त्याची समाप्ती होते. या काव्यात अधिक मासाचेही वर्णन आल्याने ते वैशिष्ट्यपूर्ण ठरले आहे. लोकछंदातील निसर्गवर्णन आणि श्लोकबद्ध रचनेतील विरहवर्णनातील वेगळेपणाची कल्पना येऊ शकते. एका वर्णनात स्वाभाविकता आहे, तर दुसऱ्या श्लोकबद्ध रचनेत पांडित्यप्रचुरता आहे. अमृतरायांनी केलेले हे मार्गशीर्ष मासाचे वर्णन पाहा.

मार्गशीर्ष धन्य अधिका, न्हाति बायका पति सेजे पहुडती ।
नानापरि भोगविलास, अति उल्हास, सुखगोष्टी करिती ॥
परस्परे गोडी आनंदे, बहु विनोदें, कैसी उभयतां प्रीति?
कृष्णरायें मज त्यजिलें कांहो रुसले? किती करूं मी खंती ॥चिंता०॥

आता पौष मासातील अवस्थेचे हे वर्णन पाहा.
(पौष मास वर्णन)

पौष्यमासी पतिवियोगे गमेक्षण युग, तयाविण क्रमैना ।
विरहानल अति पेटला, जीव कष्टला अंगी दाह शमेना ॥
दीननाथ कां हो कोपला कंठ शोषला, मज निद्रा कां येना ।
करूं किती दु:ख साजणी, नये आझुनी माझी करुणा कां ये ना? ॥
(चिंता) ॥

श्लोक

जळत जळत कुंडामाजि नेवोनि दंडा
घळघळ नयनाची धार तुम्ही विखंडा ।
ढळ ढळ निढकाशी घाम कोठोनि येतो
झुळ झुळ उदकाचा पूर कोठुनि जातो ॥३॥

अमृतरायाच्या 'द्वादशमास वर्णनात' महिन्यांचे उल्लेख असले, तरी तत्कालीन निसर्गवर्णन आढळत नाही. कार्तिक महिन्यात जनलोक न्हातात, आनंद करतात. मार्गशीर्षात स्त्रिया न्हातात. पौषमासात विरहानल पेटतो. माघमासात दारुण शीत (थंडी) वाजते. फाल्गुन महिन्यात लोक आनंदाने वसंत खेळतात. चैत्रमासात उष्णकाळ असतो. वैशाखात शीतल चांदणे पडते. जेष्ठात चातकांना मेघांची इच्छा असते. आषाढात पृथ्वी तृप्त होते, चातकाचे आर्त पुरते. आश्विनात नवरात्राचा आनंद असतो, अशी धावती वर्णने आहेत. निसर्ग किंवा समाजातील परिवर्तनाचे सूक्ष्म वर्णन करण्यापेक्षा अमृतराय विरहात राधेच्या मानसिक आणि शारीरिक अवस्थेचे वर्णन करण्यात अधिक रमतात असे दिसते. या काव्यातील राधा आणि कृष्ण या पात्रांना प्रस्तुत काव्यात तसा पौराणिक संदर्भ नाही. त्यामुळे त्यांच्या रूपाने लौकिक शृंगाराच्या अवस्थांचे चित्रण हाच त्यातील मुख्य हेतू दिसतो. श्लोकबद्ध रचनेतून कवीने राधेच्या भावना मार्मिक शब्दांत व्यक्त केल्या आहेत. अनुप्रास, यमकासारखे शब्दालंकारही आल्हाददायक वाटतात.

जळू जळू जीव माझा, प्राण व्याकूळ झाला ॥६॥

थरथर तनू कापे पाठीशी धीर घागे
गर गर फिरता हे नेत्र बिंबे ही दोन्ही ॥८॥

ज्येष्ठ मास प्रिय तुम्हासी विवेक मानसी होईल कैसे कळेना ।
चातकास आस घनाची, इच्छा मनाची दुःख कैसे साहेना ॥ इ.

अमृतरायाचे प्रस्तुतकाव्य लोकजीवनात प्रचलित असलेल्या 'बारामास' काव्य प्रकाराला अधिकृतता प्राप्त करून देते. वास्तविक 'बारामास' हा काव्यप्रकार कवीच्या निसर्गवर्णन शक्तीस आव्हान देणारा आहे; तथापि निसर्गसौंदर्यात रमण्याची या काळातील कवींची एकूणच प्रवृत्ती उदासीनतेची दिसून येते.

रुक्मांगदकृत अभिनव बारामास

हे तंजावरच्या रुक्मांगद या कवीने रचिलेले १९ श्लोक आणि १९ पदांचे काव्य आहे. पदांना 'दरू' असे नाव आहे. सरस्वती महाल ग्रंथालयाचे माजी मराठी पंडित कै. टी.आर. भीमराव यांनी ते संपादित केले असून, 'सरस्वती महाल लायब्ररी'च्या सन १८८४ च्या 'जर्नल'मध्ये ते प्रसिद्ध झाले आहे. या काव्याचे वैशिष्ट्य असे की, ते नृत्याधारित आहे. तंजावरचे गुणग्राही श्री शाह राजे यांच्या राजसभेत एका नर्तकीने त्यानुसार नृत्यही केले होते. कै. भीमराव यांनी 'आजचे काळात नृत्य करण्याचे अभ्यासकांस हे (ही) लहानसे नृत्य, संगीतकृती उपयोगी पडेल' असे आपले मत व्यक्त केले आहे. रुक्मांगद कवीने त्या विषयी आपली भूमिका एका चूर्णिकेत विशद केली आहे. तो म्हणतो,

रसिकजन मनोहराभीष्टदायक, सुखदायक
राजराजमहाराज सभानायक, चंद्रदर्शने चकोरी
परित्वदीयचरण नखचंद्र, प्रकाशिका पाहुनी
नाट्यरंगी निजनटनकौशल्य प्रकट करावया, राया,
रुक्मांगद कविललित, ललित अपूर्व
'अभिनव बारामास' अभिनय धरिते ॥

हे एक भक्तिशृंगारपर काव्य आहे. पतिवियोगामुळे व्यथित झालेल्या स्त्रीने आपल्या सखीशी केलेला संवाद असे त्याचे स्वरूप आहे. मधुरा भक्तीचा एक आगळा प्रवाह हिंदी काव्यातून मराठीत आला. परमेश्वराशी पतीचे नाते जोडून

---

१. D.No. I 019 – मराठी वही, पाने ३२

त्याच्या भेटीसाठी तळमळणाऱ्या भक्ताचा प्रेयसी भाव त्यात व्यक्त होतो. संत कवींच्या उत्कट भक्तिरचनाही मधुराभक्तीने भारलेल्या आहेत. सुफी संप्रदायाच्या दृष्टिकोनाशी जुळणारीच विचारधारा या काव्यातही आहे. श्री. टी. आर. भीमराव यांनी प्रस्तावनेत (तंजावरी मराठीत) म्हटले आहे. 'अभिनव बारामास' वर्षातील बारा महिन्यांतील यावयाचे ऋतू, सण, व्रत, पूजा, उत्सवादिकाळाचे वर्णन करून त्या वेळी पतिवियोगामुळे खेद पावलेली स्त्री तिचे सखीजवळ विलाप करण्याजोग्या भावनेने रचिलेली नायकी-नायकाभाव भक्तिशृंगार कृती आहेत. (पृ. ९) वर उल्लेखिलेल्या 'चूर्णिके'च्या संदर्भात ते म्हणतात, 'त्यापासून समजण्यात येते की, रुक्मांगद कवीचे 'अभिनव बारामास', तंजावर मराठा राजा शाहजीचे राजसभात कविजनभूषण होत्सेते, शाहमहाराजे समोर एक राजनर्तकीने नर्तन केले आहे, म्हणून निश्चित होते.'

प्रत्येक महिन्याच्या प्रारंभी बदलत्या ऋतुमानाचे वर्णन श्लोकबद्ध रूपात आहे आणि त्यापुढील पदांत त्या महिन्यातील विविध सणांचा उल्लेख येतो. त्याच पदात पतिवियोगाने वाढणाऱ्या तीव्र भावनांची अभिव्यक्ती अशी या काव्याची दुपेडी रचना आहे.

प्रस्तुत अभिनव बारामास या रुक्मांगद कवीच्या काव्यातील नायिकेचा पती परगावी जात असताना तिने खूप त्रागा केला. पतिखेरीज चैत्रमास कसा कंठायचा असा प्रश्न तिला पडला. चैत्रमासात वने, उपवने फुललेली असताना, चंपक तरू फुलतात, कोकिळ कूजन करतात, भ्रमर उल्हासाने फिरतात. लोक घरोघरी गुढ्या उभारतात, सण साजरा करतात. मंद मलयानिल शीतल असा वाटतो आहे; पण तिला तो सोसत नाही. वैशाखमासात भ्रमरांचा गुंजारव कानी पडताच ती अस्वस्थ होते. वैशाखमासात अकतिज (अक्षयतृतीया) येते. सगळे तो सण साजरा करतात. लोक पानकपूजन करतात. तिचा तो पती कुठे राहील? भोजन फलाहार कुठे करील? कुठे श्रम हारील? याची तिला चिंता लागून राहिली आहे. ज्येष्ठ मासात वटसावित्रीचा सण येतो; पण तिचे अतिसुंदर बिजमंदिर (घर) भणभणते आहे. सूर्यकिरणे तापत आहेत. ती कशी सहन करता येतील? आषाढमास कसा कंठावा असा प्रश्न तिला पडला आहे. तो तिला कठीण गेला. ठाणवयीचा सण याच महिन्यात झाला. श्रावण महिन्यात आकाश मेघांनी भरून जाते, पावसाळा येतो. श्रावणमास अनेक सणांनी भरलेला असतो. नागपंचमी येते, लोक सोमवारी शिवपूजन करतात. घरोघरी मंगळागौर साजरी होते. ती सखीला सांगते, 'मला वनमाळी भेटव'. भाद्रपद महिना आला, जीवाची काहिली झाली. पुष्पमंडपामध्ये बालिका हरितालिकेचे पूजन करतात. शिवपार्वती पूजतात; पण आमची ताटातूट का केली? मी तर दिवस मोजत आहे.

आश्विन महिन्यात नवरात्रीचे दिवस येतात. कुलदैवताची घटस्थापना केली जाते. ब्राह्मणांना संतुष्ट केले जाते. पण तिला या साऱ्यांत काही उल्हास नाही. तिला विरह सोसत नाही. काही सहन होत नाही. कार्तिक महिन्यात पाडवा येतो, दीपावली असते. लोक बिजपंचमीचे सण साजरे करतात. दिवे लावतात. संध्याकाळी तुलसीपूजन करतात, वनभोजन करतात. माझी तर अवस्था अशी आहे.

मार्गशीर्ष महिन्यात चंपाषष्ठीचा सण लोक मोठ्या उत्साहाने साजरा करतात. पण मला तर काही सुचत नाही. गहिवराने कंठ दाटून येतो. पौष महिना येतो. त्या वेळी जीव लोभावून जातो. नगरातील नागर स्त्रिया नवीनवी लुगडी नेसून कुंकुमाने रंगविलेली सुगडी घेतात आणि मंदिरात जाऊन नवपानाचे विडे आणि सुगडे देतात. हे दिवस आनंदाचे असतात.

माघ महिन्यात तिचा डावा डोळा लवतो. तिला तो शकुन वाटतो आणि मनाला धीर वाटतो. कावळा ओरडून शुभशकुन सांगतो. सखीजन पती येत असल्याचे सांगतात. त्यामुळे तिचे बाहू स्फुरण पावतात. मनाला धीर येतो. आनंद वाटतो. फाल्गुन महिन्यात पती भेटताच रमणी शोक टाळून देते आणि सजून पतीच्या चरणी लागते. माझी इच्छा पूर्ण झाली. माझे नवस पूर्ण झाले. श्रम नाहीसे झाले, असे ती मधुरवाणीने म्हणते.

हे काव्य नाट्यानुकूल व नृत्यप्रधान असल्यामुळे तंजावरचे शाह राजे यांच्या दरबारात याचा प्रयोग केला गेला. त्यामुळे या काव्यकृतीला नाट्य व नृत्य यांचेही परिमाण लाभून अन्य काव्यांपेक्षा वेगळेपणा प्राप्त झाला आहे.

'षड्‌रितु' (नारायण प्रभुकृत)

'षड्‌रितु' 'बारामासा'वरील काही काव्ये मराठीमध्ये उपलब्ध झाली असली, तरी 'षड् ऋतू' वर्णनपर हे एकच काव्य धुळ्याच्या श्री समर्थ वाग्देवता मंदिरातून उपलब्ध झाले आहे. काव्य लेखनातील भाषा अशुद्ध आहे. मूळ प्रतीवरून उतारा करताना काही शब्द गाळले गेले आहेत. 'बारामास' वर्णनात ज्याप्रमाणे निसर्ग आणि विरही स्त्री यांच्यातील अनुबंध काहीशा विस्ताराने चित्रित करण्यात येतो, त्याप्रमाणे 'षड्‌रितु' वर्णनात तो आटोपशीरपणे मांडण्यात आला आहे. तथापि दखनी हिंदी काव्यातील ऋतुवर्णनात जी आर्तता आणि कोमलता अत्यंत मार्मिकपणे प्रकट झाली आहे. तशी प्रस्तुत काव्यात आढळत नाही. ती विरहार्तता पांडित्यप्रचुरतेमुळे अवघडलेली दिसते. 'ऋतुवर्णन' किंवा 'बारहमासा'सारख्या काव्यात भाव व्याकूळतेची जी उत्कटता हिंदी काव्यातून जाणवते ती मराठी रचनांत प्रत्ययास येत नाही. प्रत्यक्षानुभूतीचा किंवा अशातऱ्हेच्या काव्यपरंपरेचा अभाव हेही कदाचित त्याचे कारण असू शकेल. अनुकरणातून का होईना पण अशातऱ्हेचा काव्यप्रकार मराठीत

आणण्याचा या कवींचा प्रयत्न निश्चितच मोलाचा आणि मराठी साहित्याच्या कक्षा रुंदावणारा आहे. लोकपरंपरेतून आलेल्या या काव्यप्रकाराला हिंदी अभिजात साहित्यात स्थान मिळालेले आहे. मराठी साहित्यातही त्याने पदार्पण केले. पण ती परंपरा पुढे खंडित झाली आणि त्यामुळे हा काव्यप्रकारही स्मृतिशेष राहिला.

'षड्ऋतु' हे सहा श्लोक आणि सहा कडवी अशा संख्येचे काव्य आहे. पहिल्याच श्लोकातील संस्कृतप्रचुरता पुढेही राहिली आहे.

कांत प्रसूनभर शोभवि गे वनाला
कांतारभूमि कलकंठ वसंत आला ॥१॥

कडव्यातील वर्णन पाहा.

जाईजुई बहु फुलती, भ्रमर भोंवती, पीक गाती उल्हास,
हालु हालु मलायमिळु वाहे सीतळ, सुख वाटेल कैसे,
विरह भार अती दारुण, सोसे हो कोण

पंडिती श्लोकरचनेतील संस्कृतप्रचुरतेमुळे येणारे अवघडलेपण कडव्यातील मुक्त वर्णनामुळे सैल, मोकळे होते. ग्रीष्म ऋतूत,

भाळी टिळा विलसतो नव पाटलीया
लोलांबयुक्त नवहार सुमल्लिकेचा दिसतो.

त्यामुळे विरहिणीची अवस्था कशी होते?

ग्रीष्म ऋतु अती दारुण, आला कठीण,
तपती सूर्येंकिरण, हार भार मज वाटतो,
कंठ दाटतो, जाये युगपरी क्षण, सुमशय्या
मज सोसेना, काही रुचेना, होती बहुसाल सीणे

यानंतर वर्षाऋतू 'मुक्तापरी करित सजल बींदु वर्षा । तक्ताशि बैसवितसे मदनासी हर्षा' अशा थाटात येतो. पण विरहिणीला त्याची जाचणी होते आणि ती अती दीनवाणी बनते.

शरदऋतूत 'फुल्लारविंद तती शोभूनी राजहंसी. शोणाधरा सकलही न रूचे मनाला' असे बाह्यरूपवर्णन येते, तर मानसिक अवस्था लोकछंदात व्यक्त होते, तिला –

'या शारदेसी न कंठवे, पती आठवे, वाटती हाल जीवा । गर्जती त्या शुक्र- सारीका, मनोहारिका केवी धीर धरावा' असे वाटते. सुंदर हंस मला जाचतात, माझा प्राणविसावा तू लवकर घेऊन ये. चंद्र सांद्र किरणांनी जणू आपले शौर्य दाखवितो

आहे. 'तो काय साधीतो दावा?'

हेमंत ऋतू मात्र 'काही सुखातिशयो सांगवितो जिवाला' त्यामुळे मनाला थोडा दिलासा वाटतो. ती स्वप्नात पाहते 'उल्हास पती आलास. क्षेम देती लवोनी' अंत:करणात काहीसे सुख वाटते. कुचभार कंचुकी दाटते प्रीती वाटते, हरी भेटला तत्क्षणी' असा हा प्रियाचे शुभागमन सुचविणारा ऋतू, विरहवेदना सुसह्य बनवितो. आणि शेवटी उभयतांचे प्रत्यक्ष मिलन घडविणाऱ्या शिशिर ऋतूचे आगमन होते.

> *ताराधिनाथवदना वचनानुरागे*
> *नारायणप्रभु आले अति लाग वेगे*
> *दोघां परस्पर महारतिरंग झाला*
> *श्लाघ्य तया करितसे सिसिरोत्तमला ॥६॥*

प्रत्यक्ष भेट झाली तरी तत्पूर्वीच्या भयद विरहकालाचे स्मरण तिला होते. ती अवस्था पुन्हा प्राप्त होऊ नये म्हणून ती आपल्या प्रियाला विनविते.

> *'नारायण प्रभु योवरी, न जाये दुरी आजी मज सांभाळी'*

हे काव्य तसे आकाराने छोटेच आहे. श्लोकरचनेतून निसर्गवर्णन त्या-त्या ऋतूंचे मर्म स्पष्ट करीत येते आणि लोकछंदी कडव्यांतून विरहिणीच्या मनोभावनांचे दर्शन घडत जाते. षड्‌ऋतुवर्णनपर काव्यांचा मराठीतील अभाव लक्षात घेता या उपलब्ध एकमेव काव्याची महत्ता जाणवण्यासारखी आहे. मूळ कवी सुशिक्षित विद्वान असला, तरी त्याच्या काव्याची प्रत मात्र अशुद्ध आणि काही ठिकाणी त्रुटित स्वरूपात आढळावी, याचा खेद वाटतो.

काव्यातील उल्लेखावरून हे काव्य नारायणप्रभू या कवीने रचिलेले आहे.

सयाजिबाकृत 'बारामास वर्णन'

तंजावरकडील सयाजिबा या कवीच्या नावावर 'बारामासवर्णन' नावाचे १३ श्लोक आणि १३ पदे असे २६ श्लोकांचे एकमेव काव्य आहे. उपलब्ध लिखित प्रत अशुद्ध स्वरूपात आहे. 'र' हे अक्षर लिहिण्याची पद्धत न अशी होती. मध्येच 'कृष्णा'सारखा शब्द मोडी लिपीत लिहिलेला हे पाहाताना काव्याचे जुनेपण लक्षात येते. तंजावर भागात समर्थ संप्रदायाचा आणि वाङ्मयाचा प्रभाव मराठी मनावर विशेषत्वाने होता. प्रस्तुत सयाजिबा याच्या या काव्यात 'विषय विषय करिता व्यर्थ संसार केला । क्षणभरि परि नाही मुक्तिचा यत्न केला' या 'करुणाष्टका'तील मनाची करुण अवस्था दर्शविणाऱ्या ओळींचा सार्थ उपयोग केल्याचे दिसून येते. अन्य तंजावरस्थ कवीपेक्षा सयाजिबाच्या काव्यातील भावनात्मकता आणि निवेदनातील

ओघ जाणवण्यासारखा आहे.

या काव्यात चातुर्मास संपतो. दसरा झाल्यानंतर पती विदेश गमनास निघतो. षड्रस पक्वान्नांचे भोजन त्याचेसाठी करून 'लवकर परत या' असे आवर्जून पत्नी त्याला सांगते. तो निघून गेल्यानंतरचा विरहकाळ तिला सोसवत नाही. प्राण कंठाशी येतात.

कार्तिक महिना महापुण्याचा असल्याने लोक स्नानासाठी जातात. तुलसी वृंदावन पूजन, कथापुराण श्रवण, आवळी भोजन करतात. पण पती गावी नसल्याने पत्नीला खंत वाटते.

तिच्या मनात कृष्ण येतो. गोपिका खेळवितो; पण पती रुसले. त्यांना शीघ्र आणण्याची विनंती ती करते. पत्नीच्या मनातील सुप्त शृंगारभाव येथे सूचकतेने व्यक्त केला आहे.

मार्गशीर्षात चंपाषष्ठीचा सण येतो; पण पतीविना तो विषासमान वाटतो. त्याला पाहिल्यानंतरच तिच्या मनाला उल्हास वाटणार आहे.

> *तळमळ विरहाची सर्वथा सोसवेना*
> *हृदय फुटत आहे हार हा आवडेना*
> *सकळ जणि मिळा वो साजणी शीघ्र या वो*
> *क्षणभरि विनवा वो वैद्य गोविंद रावो ॥*

अशी तिच्या मनाची अवस्था झाली आहे. पौष मास तिळाचा सण. संक्रांतीचा महासण घरोघरी पक्वान्न करतात. सुगडाची, हळदी-कुंकवाची वाणे देतात. तिचा कमलनयन कान्हा परत येण्याची भाक देऊन गेला. (पण तो न आल्याने) तिला प्राणसंदेह झाला.

माघ महिन्यात हिवाळा जाणवतो. पाने झडतात. आंबे, जांभळी, बोरांनी झाडे लवतात; पण दिव्याविना जसे मंदिर किंवा प्रासाद शून्य वाटतो, तसे माझे झाले आहे. मेघाशिवाय मेदिनी पिकत नाही. तसे मला पुरुषाविना गमेनासे झाले आहे.

मायबापांनी जणू मला नदीच्या पुरातच ढकलून दिले आहे. असे शोकावेगात तिला वाटते. विधाताही ब्रह्मसूत्र कसे जाणू शकत नाही?

फाल्गुन महिन्यात वसंतोत्सव साजरा होतो. चंदन गुलाल उधळतात. पण पतिवीण सारे व्यर्थ.

बऱ्यांच दिवसात पतीकडून पत्र नाही. जिवाची तगमग आता सोसवेनाशी झाली आहे. कुणीतरी (त्याच्या येण्याचा) शकुन तरी सांगावा, असे तिला वाटते.

चैत्रमासात निर्मल चांदणे (लोकांसाठी) असते. धरणीवर शय्या टाकली तरी निद्रा येईना. (त्यामुळे) स्वप्नातही पती दिसेनासा झाला आहे.

वैशाखमासात आखतीज हा पितरांचा सण येतो. घट भरायचे असतात. पण जलाविना मासोळी तशी माझी स्थिती झाली आहे. ही विरहावस्था आता सोसवत नाही.

ज्येष्ठ मासात उन्हाच्या तापत्या ज्वाळा असतात. शीतल चंदन चर्चिले, पण तेही शोषून गेले. चंद्रमा शीतल असला तरी तो (मला) तापदायक वाटतो. पतीने मला जर पत्र (लिखित) पाठवले असते, तर माझा शीण दूर झाला असता. त्याला मी कधी बरे पाहीन?

विषयाच्या छंदात केलेला संसार व्यर्थ झाला. क्षणभरही मुक्तीसाठी प्रयत्न केला नाही. कृष्णसेवा केली, तर वैद्य गोविंदराज अभिनव सुखाची प्राप्ती करून देतील.

आषाढ मासात पावसाळा असतो. मेघांची वृष्टी होते. पुनर्वसु, पुष्य नक्षत्रांवर गडगडाट होतो. नद्या, ओढे भरून वाहू लागतात. पतीला जाऊन दहा महिने झाले. त्यांचा मी किती धावा करू? 'बहुत दिवस जाले द्वारके कृष्ण गेला' या विचाराने झुरणारी प्रेयसी सख्यांना त्याला समजावून आणण्याची विनंती करते.

श्रावण महिन्यात नागपंचमीचा सण, श्रावण सोमवारी शंकराची पंचामृताने आणि बिल्वपत्रांनी पूजा केली जाते. पतिजवळ असता, तर त्याच्या सांगाती पूजा केल्याचे पुण्य मला लाभले असते. विरहावस्थेत एरवी सुखकारक वाटणाऱ्या गोष्टी कशा तापदायक होतात, याचे ती वर्णन करते.

भाद्रपद महिन्यात बैलांचा पोळ्याचा सण येतो. तिच्या मनात हर्ष उत्पन्न होतो. अंगणात कावळा मंजुळ (?) बोलतो. (कारण तो तिला शुभशकुन वाटतो.) स्वप्नात तिला पतीचे दर्शन होते. लवकर उठून पाहाते, तर खरोखरीच तिचा भ्रतार अंगणात आलेला असतो. हा आनंद हरुश ती सांगते, सखी ऐकते! ती धावत जाऊन त्याच्या चरणी लागते. पतीला उद्देशून ती म्हणते, "तुमच्यासाठी माझा जीव फुटत होता. आता तुम्ही बोलत नाही. माझ्याकडून काही अन्याय झाला का? भुकेजले असाल तर काही खाऊन घ्या आणि कृष्णजी मनीचे गुज मला सांगा'' इथे हे काव्य संपते. पतीला कृष्णरूपात पाहाणारी ही स्त्री म्हणजे त्याच्यावर उत्कट प्रेम करणारी जणू राधाच. कवी सयाजिबा म्हणतात, ''सद्गुरू चरण निर्धरी भाव अंतरी !'' पतीचे आगमन म्हणजे भुकेलेल्याला भोजन मिळावे, वांझेला फळ प्राप्त क्वावे' अशी स्थिती होती.

सयाजिबा यांच्या या काव्यात अन्य 'बारामास' काव्यांप्रमाणे सणांचे विस्ताराचे वर्णन नाही. निसर्गवर्णनही नाही. आहे तो विप्रलंभ शृंगारातील विरहभाव आणि अंती मिलनातील तृप्तता. यामुळे सयाजिबाचे काव्य अधिक हृदय आणि वाचनीय झाले आहे.

'द्वादशमास'

श्री. जनार्दन बाळाजी मोडक यांनी संपादित केलेल्या अनेक कविकृत कवितांच्या दुसऱ्या भागात 'द्वादशमास' नावाचे काव्य संग्रहित करण्यात आले आहे. (पृ.९७ ते १०१) विविध वृत्तांतील ४० श्लोकांची ही रचना आहे. तीत तिच्या कर्त्याच्या नावाची नोंद नाही. तो अनाम आहे.

प्रारंभीच्या श्लोकात गणेश आणि सरस्वती यांना वंदन आणि गुरुचरणाचे ध्यान करण्यात आले आहे. 'हरी नामी प्रीती जडवावी' अशी कवीने संतांना प्रार्थना केली आहे.

पण दुसऱ्याच श्लोकात शृंगाररसाला महत्त्व देणाऱ्या या कवीने स्पष्टपणे सांगितले आहे,

> शृंगारलीलारस पीयुषासी ।
> न सेविती ते तर पापरासी ॥

संतसाहित्यातील शृंगार विन्मुखतेवर हा चांगलाच उतारा आहे. तीन ते सहा या चार श्लोकांत रतिक्रीडावर्णन असून, कवीला ते 'इंद्रपदतुल्य' वाटत आहे.

प्रगाढ मिलनानंतर पतीच्या प्रयाणाची आणि वियोगाची अवस्था येते. त्यामुळे प्रिया 'स्मरत विकळ गात्रे अंग टाकी भुयीसी' (९) पती प्रवासाची अनिवार्यता सांगतो. 'तुला नेले असते, पण तू लहान आहेस म्हणून इथेच सुखाने राहा' असे समजावतो. पाकक्रिया करून, विविध प्रकारचे भोजन वाढून, तांबूल देऊन ती त्याला नमस्कार करते. 'लौकर या' अशा तिच्या आग्रहाला 'वर्षभरात एकही दिवस न वाढविता मी परत येतो' असे आश्वासन पती देतो. त्याच्या वियोगाच्या कल्पनेने ती आपल्या सखीला म्हणते,

> कशी राहू आता पतिविण सख्या ही क्षणभरी ।
> त्यजावे हा देह त्वरित उदरी घालुनि सुरी ॥
> अलंकारा भारा हरूनि, मृदुहारा विषधारा ।
> परी ज्याची तोडा त्वरित विखुरा मौक्तिक सरा ॥१५॥

त्यानंतरचे बारा महिने तिने कल्पासमान क्रमिले. पती नसल्यामुळे बाह्यसृष्टीत दिसणारी दृश्ये तिला तापदायक वाटतात. त्यातील वर्णने संस्कृत काव्याशी जवळीक दाखवितात. वसंतऋतूत, चैत्र महिन्यात मंद शीतल वारा, सुगंधी फुले

असलेल्या उद्यानात सारे लोक आपल्या स्त्रियांना घेऊन जातात. विरहिणीला चंद्र शरीराला ताप देणारा वाटतो. तर आपले घर अरण्यतुल्य वाटते. वैशाखमासात

केशवाची कथा ऐकून त्या द्विजांना जळ कुंभदान करतात, मानाने दधिभोजन देतात. कृष्ण गोपाळाचे गीत गाऊन आपली धामे (घरे) चिन्मयानंद करतात. वैशाखमासात अमृतधारेप्रमाणे जडणाऱ्या चांदण्यात स्वपतीसमवेत सुंदरी क्रीडा करतात. हाही मास पतिवीण व्यर्थ गेल्यामुळे 'वियोग दु:ख अनळा नळ दीप्त झाला' (२४) ज्येष्ठ महिन्यात 'विशेष ऊन पडते वृक्षातळी सावली' सावित्री वटपूजन होते. पण कांतावीण समस्त दिशा तिला वैराण वाटतात.

आषाढ महिन्यात पांडुरंगाच्या दर्शनाची ओढ लागते, पण याच महिन्यात ती 'दे आम्रभोजन पवित्र सदन द्विजाते' (२७) अशी नवलवार्ता कवीने सांगितली आहे. श्रावण महिन्यात पतीला जवळ घेऊन सुगंधित विडा देता येत नाही, याचे तिला दु:ख वाटते. ती म्हणते,

आला श्रावण मास जाण पडले गर्जे कसे अंबरी ।
तेव्हां तें भययुक्त चित्त सखये होते बहूती परी ।।
वीजांचे कडके अनेक उठती घोरांधकारे दिशा ।
मेघांची जळवृष्टी फार पडते कैसा धरूं धींवसा ।।२८।।

जीव उदास झाल्यामुळे ती उद्वेगाने म्हणते, ''की आग लावावया'' (२९) या श्रावण महिन्यात.

नागपंचमी नागपूजनें । घालिती स्त्रिया फार भूषणे ।
घेउनी करी रम्य टीपरी । गाति नाचती त्या परोपरी ।।
गोकुळ्वाष्टमी कृष्ण पूजनें । देखुनी सये ये रिती जनें ।।
लोक सारिती विप्रभोजना । आठवे मनी प्राणमोहना ।।३२।।

माझा पती कृष्णभक्त असल्याने मोठ्या आवडीने तो कृष्णपूजा करतो. त्याच्याविना 'झोंबला विरहपन्नग देही' (३३)

भाद्रपद महिन्यात हरितालिका पूजन केले, तरी ते गोड वाटत नाही. गणेश चतुर्थीव्रत करायचे ती ठरविते. अंत:करणात विरहानल पेटतो. उदकाविण तडफडणाऱ्या मासोळीप्रमाणे ती व्याकूळ होते. (३४)

आश्विन महिन्यात नवरात्र प्रसंगात लोकांना सुख वाटते. घटस्थापना करून

देवीपुढे सप्तशतींचा पाठ केला जातो. सीमोल्लंघन करून पुन्हा घरी परतल्यानंतर सन्मुख कामिनीस पाहून अनंगामुळे लोक विव्हळ होतात. पण मला मात्र प्राणनाथाविण जिणे व्यर्थ वाटत आहे. (३६)

कार्तिकमास सुखकारक असतो. या महिन्यात

वृंदावनीं तुळसि पूजुनि दीपदानें
केल्या पुन्हा न जननी जठरासि येणें ॥३७॥

असे पुण्य प्राप्त होते.

चंद्राच्या शीतल चांदण्यामुळे विरहावस्थेत देह शीत होण्याऐवजी तप्त होतो. विरह यातना वाढतात. म्हणून चंद्राला ती उद्वेगाने कटु वचने बोलते. 'या निशानाथाला राहून ग्रासले असतानाही हा दुष्ट पुन्हा कसा वाचला? याला ठेवलेले 'अमृता' हे नाव व्यर्थ आहे. याने मोठे वैर धरलेले असून, तो विरहिणी स्त्रियांना (विरहाग्नीत) जाळतो आहे.

दूरि तो करा दुष्ट वेगळा । पाहु ना कधी या अमंगळा ॥
धातकी बहू दुष्ट वोंगळा । काळिमा दिसे मध्यमंडळा ॥४०॥

प्रस्तुत रचनेत प्रियाच्या पुनरागमनाचा उल्लेख नाही. त्यामुळे विरहिणी विरहभावनेने तळमळत विरहवेदना वाढविणाऱ्या चंद्राला बोल लावताना दिसते. काव्याचा प्रारंभ गाढ शृंगार वर्णनाने झालेला, तर शेवट वियोग दुःखाच्या यातनावर्णनाने झाला आहे. लौकिक जीवनातील शृंगार आणि देहसुख या पातळीवरच हे काव्य राहिलेले आहे. मध्ययुगीन समाजजीवनात होणाऱ्या सण व्रतोत्सवांची कल्पना त्या-त्या महिन्यांच्या वर्णनातून येऊ शकते.

बारामास

मला संकेश्वर भागात प्राप्त झालेल्या एका वहीवजा बाडात 'बारामास' शीर्षकाचे हे चौदा श्लोक आणि बारा ओवी समूहांच्या 'टीके'चे काव्य आहे. या बाडात वेगवेगळ्या संत आणि पंडित कवींच्या रचना उतरून घेतल्या आहेत. त्यात अभंग, पदे, आख्याने इत्यादींचा अंतर्भाव आहे. 'बारामास' काव्यातील श्लोक मालिनी, भुजंगप्रयात इ. वृत्तात आहेत. प्रस्तुत विषयाच्या अभ्यासार्थ घेतलेल्या बहुतांश 'बारामास' काव्यांत कवींनी भुजंगप्रयात वृत्ताचा वापर केला आहे. रामदासांनी हे वृत्त लोकप्रिय केल्याने त्याचा व मनाच्या श्लोकांतील काही चरणांचा प्रभाव अशा काव्यांतून आढळतो.

प्रस्तुत 'बारामास' काव्यात संगीतानुकूलता अधिक आहे. गीत, ताल, वाद्य यांनी ते बद्ध आहेच, पण ते प्रयोगक्षमही असल्याने नृत्यही अभिप्रेत आहे. त्यामुळे संगीतमयता हा या काव्याचा विशेष म्हणावा लागेल. या काव्यात श्लोक संपल्यानंतर

ओवीसमूह येतो. त्याला 'टीका' असे म्हटले आहे. तथापि आधीच्या श्लोकांचं आणि तिचा संदर्भ नसतो. श्लोकांतून विरहिणीच्या भावना व्यक्त होतात, तर ओवी समूहातून बाह्यसृष्टी आणि समाजजीवनाचे चित्रण येते. अशी ही दुपेडी स्वरूपाची रचना आहे. नाट्यातील एकसुरीपणा टाळण्यासाठी भिन्न भिन्न वर्णने आणि बदलती संगीतयोजना केलेली दिसते. काव्याच्या प्रारंभी आणि शेवटी राधा आणि कृष्णांचा उल्लेख असला, तरी अन्य सर्व वर्णन लौकिक स्वरूपाचे असल्याने यातील नायक आणि नायिका लौकिक जीवनातील भावभावना घेऊन प्रकट होतात. अशा शृंगारकाव्यात राधा-कृष्ण स्वरूपात मांडून प्रतिष्ठा मिळवण्याचाही हा प्रयत्न असू शकेल. समकालीन आध्यात्मिक संकेत झुगारणे अशा काव्याच्या रचनाकारांना अद्यापि शक्य झालेले दिसत नाही. ओवीबद्ध समूहात तालबद्धता आणि गेयता अधिक आहे. ओव्यांची विभागणी न करता सलग मजकूर लिहिल्यामुळे तो वरवर पाहाता एक तालबद्ध छंद वाटतो. पण त्यात तीन चरण ओव्या आहेत आणि त्यातील पहिल्या आणि दुसऱ्या चरणाच्या अखेरीस यमक साधलेले आहे. हे त्यांची पुढीलप्रमाणे मांडणी केल्यास लक्षात येऊ शकते. उदा. कार्तिकमासाचे वर्णन पाहा.

कार्तिकमास हा विष्णुचा । महापुण्याचा । लोक नाह्याला जाती ॥
तुळसी वृंदावन पुजेन । कथापुराण । जेन वीस्व ऐकती ॥
आवळी भोजेन कारण । नीत्य ब्राह्मण । वीष्णु कथा करीतो ॥
पती माझा गावी आसता । पुजा करीता । पुण्य ह्याच संगती ॥

या ओवीरचनेतही एक विशिष्ट नियमबद्धता आहे. पहिला चरण नऊ अक्षरी, दुसरा पाच अक्षरी आणि तिसरा सात अक्षरांचा अशी ही नीटस रचना आहे. हा ओवीसमूह दोन गायकवृंदांनी गायिला, तर पहिला आणि तिसरा चरण एक वृंद, तर दुसरा चरण दुसरा वृंद म्हणू शकतो. त्यामुळे गायनात एक आगळा ढंग आणि नाट्यमयता येऊ शकते. अमृतरायांच्या बारामासात ओवीरचना याच पद्धतीची आहे.

उपलब्ध 'बारामास' काव्यात हेच काव्य संपूर्ण रूपात आहे. चरण किंवा अक्षर नसणे, अशुद्ध लेखन व त्यामुळे अक्षरे न लागणे असे प्रकार इतर काव्यात असतात ते इथे नाहीत. त्यामुळे प्रस्तुत काव्याची संपूर्ण संहिता पुढील भागात दिलेली आहे. 'बारामास' काव्याच्या प्रातिनिधिक स्वरूपात ती असल्याने या काव्यप्रकारच्या विशिष्ट लयाची कल्पना वरून येऊ शकते. त्यामुळे या काव्याची वैशिष्ट्ये नमूद करित असताना इतर काव्यातील चर्चेप्रमाणे त्यातील काही श्लोक किंवा ओवी समूह उद्धृत केलेले नाहीत.

या 'बारामासांचा' प्रारंभ दसऱ्यास म्हणजे आश्विन महिन्यात होतो. पतीचे विदेशी प्रयाण होते. ती त्याला पक्वान्न भोजन खाऊ घालते आणि गावी लवकर

येण्याचा आग्रह करते. मी लौकर येईन अशी तो तिच्या गळ्याची आण घेतो. कार्तिक मास महापुण्याचा असतो. लोक स्नाने करतात.

तुलसी वृंदावन पूजतात. कथा-पुराण ऐकतात. आवळी भोजन होते. ब्राह्मण विष्णुकथा सांगतात. पती गावी असता तर, त्याच्या संगतीत मला हे सर्व करता आले असते!

तिला पतीची सतत काळजी वाटत असते. विदेशात त्याला कष्ट होतील. भुकेच्या वेळी त्याला कोण बोलवील? निजेला पांघरूण कोण घालील? 'विडा घ्या विडा' असे प्रेमाने कोण सांगेल?

श्लोकांमधून विरहिणीच्या अंत:करणातील आर्तता, तळमळ व्यक्त होते, तर ओवीसमूहातून बाह्यजीवनातील प्रसंगांचे वर्णन येते. अशा तऱ्हेने अंतर्बाह्य स्वरूपात तिची विरहावस्था वर्णिलेली आहे.

मार्गशीर्षात चंपाषष्ठीचा सण येतो. घरोघरी दीप पाजळले जातात. तथापि पतीविण सारे सण तिला विषाप्रमाणे वाटतात.

पिंगळ्याचे बोलणे तिला मोठे वोखटे अशुभ वाटते. आपल्या पतीचे पत्र कधी येईल याची चिंता तिला ग्रासून टाकते.

पौष महिन्यात संक्रांतीचा सण येतो. घरोघरी सुगडाची, हळदी-कुंकवाची वाणे दिली जातात. ते पाहून 'मज पाहता चिंता' असे तिला वाटते.

विरहाच्या उत्कटतेमुळे तिला आपल्याला नदीत ढकलून का दिले नाही, असे वाटते. शंकराला 'मी असे कोणते पाप केले की, एकट्याने मला भोगणे प्राप्त झाले आहे' असा प्रश्न विचारते.

माघ महिन्यात हिवाळा जाणवू लागतो. पाने झडतात. बोरे लवतात. परंतु ती नारी अंतरी झुरत असते. दिव्या विना मंदिर, तसे आपले घर तिला शून्यवत, रिकामे, ओके ओके वाटत राहाते.

ती पतीला उद्देशून म्हणते, "तुझ्याविना घर म्हणजे अरण्य, त्यात मला फार कष्ट होत आहेत. आणि हे सुंदरा मी सतत तुझेच चिंतन करीत आहे."

फाल्गुन महिन्यात चंपा, चंदन, बुक्का, गुलालांची उधळण होते. शिंपणी होतात. पती आज गावात असता, तर तो हे सारे खेळला असता. मग मला कशाची चिंता राहिली असती? चंदनाची उटी लावून, गंगावनाची बुचडी बांधून, चाफेकळ्यांची शेज तयार करून, हातात विडा घेऊन ती पतीची प्रतिक्षा करीत आहे.

चैत्रमासात निर्मळ चांदणं पडतं, ते जन लोकांना सुखद वाटलं, तर मला तसं भासत नाही. पलंगावर सुपवती सेज टाकली आहे. पण मला झोप लागत नाही. तिच्या मनातील शोक श्लोकरूप होऊन पुढीलप्रमाणे व्यक्त झाला आहे.

वैशाखमासात आखेतीचा (अक्षयतृतीयेचा) सण येतो. पितरांसाठी सामग्री तयार केली जाते. घट भरून मेघांची वाट पाहिली जाते. विरहिणीची अवस्था मात्र 'नीर्जेली जैसी मासोळी । अति तळमळी' अशी होते.

ज्येष्ठमासात उन्हाळा असतो. ज्वाळा तापतात. अंगी शीतल चंदन चर्चिले; पण अंगी विरहानल भरून राहिला होता.

आषाढमासात पावसाळा सुरू होतो. मेघ वर्षाव करतात. पुष्य, पुनर्वसु ही नक्षत्रे वेडीवाकडी घडोघडी पडताहेत. मी किती धावा करावा?

'दाहा मास जाहले । काय करू मी आता' असे ती त्याच्या प्रवासाचे दिवस मोजत आहे.

श्रावणमास उत्तम असतो. नागपंचमीचा सण येतो. दही, दूध, घृत, मध, शर्करा अर्पण केली जाते. बेलपत्राने शंकराची पूजा होते. चारही सोमवार शंकराला अभिषेक होतो. तिला मात्र वाटत राहाते, 'पती माझा गावी आसता । पूजा करीता.'

शेवटी ती उपाध्यास यजमानास येण्यास उशीर होण्याचे कारण काय ते पाहा, असा प्रश्न करते आणि 'तुझा पती लौकरच येईल' असे उपाध्ये तिला सांगतात. विरहातिरेकाने भविष्य जाणून घेण्याची ओढ तिला लागते.

आणि शेवटी येतो. भाद्रपदमास, गौरीचा सण त्यामुळे जनलोकात आनंद पसरतो. तिच्या अंगणात आगमनाची सूचना देणारा कावळा मंजुळ स्वरात बोलतो. तिला पतीचे दर्शन होते. ती शेज सावरते आणि धावत जाऊन त्याच्या चरणांना मिठी मारते. ती पतीला म्हणते, तुमचे मन किती निष्ठुर आहे? भुकेलेल्या भोजन मिळावे, तशी माझी अवस्था झाली आहे.'

अनेक पदार्थ करून दोघेही एका ताटात जेवतात. एकमेकांना गुजगोष्टी सांगतात. चांगली सुपारी, केवड्याचा कात, पिकली पाने, मोत्यांचा चुना असा विडा हाती घेऊन 'आसी राधिका कृष्ण सन्निध आली' ।

ग्रीष्म दाहानंतर वर्षाकालीन पावसाच्या शिडकाव्याने तप्त धरणी शांत व्हावी, त्याप्रमाणे तिचा वियोग संपतो. पतीचे दर्शन आणि मिलनामुळे तिची तळखली शांत होते.

बारामास वर्णन

तंजावरचे राजे शहाजी यांच्या आश्रितांपैकी काही कवींनी बारामास वर्णनावर काव्ये लिहिली आहेत. हे शहाजीराजे सन १६८३ ते १७१० या काळात होऊन गेले. धन्याच्या कृपेसाठी आणि मनोरंजनासाठी या कवींनी ही काव्ये लिहिली आणि ते स्वत: अनाम राहिले. यातील नायक शहाजी राजे असून, ते मोहिमेवर गेल्यानंतर त्यांच्या प्रेयसीने आपल्या मनातील विरहभाव विविधप्रकारे प्रकट केला आहे. यातील प्रत्येक श्लोकाच्या/पदाच्या अखेरीस 'सखीये कां वो शाहू भूपती (न ये) मंदिराप्रति' असा चरण येतो. राजे आणि समकालीन दरबारी रसिक यांच्या रंजनासाठीच अशी काव्ये लिहिली गेली. त्यातील काही काव्यांचे दरबारामध्ये नृत्यमय गायनही सादर करण्यात येई. त्याच्या प्रारंभी राजांचे गुणगान करणारी प्रदीर्घ चूर्णिका (राजाचे गुणगान करणारी आणि त्याचे प्रयोजन सांगणारी) म्हटली जात असे. तंजावरचे राजे हे नृत्य, नाट्य, गान यात रुची असणारे, स्वत: त्यांची रचना करणारे आणि प्रयोगात सहभाग असणारे होते. तंजावरच्या राजांची नाटके, त्यांच्या नृत्यप्रधान आणि विविध भाषांनीयुक्त रचना प्रसिद्ध आहेत. त्यांच्या दरबारात बारामासवर्णन किंवा षड्ऋतू वर्णनासारखी काव्ये लिहिणारे कवी होते, पण अशा तऱ्हेच्या रचना मूळ महाराष्ट्रात दोन-तीन कवींचा अपवाद वगळता झालेल्या दिसत नाहीत. हा काव्यप्रवाह उत्तर भारतीय कवींच्या संपर्कातून किंवा त्यांच्या काव्याच्या प्रभावामुळे अनुकरणातून निर्माण झाला असावा. परंतु गुजराथी, व्रज किंवा बंगाली भाषांतील 'बारह मास' काव्यात नायिकेची विरहभावना आणि निसर्ग यांचे उत्कट वर्णन येते. त्याचा 'बारामासवर्णना'सारख्या मराठी काव्यात अभाव दिसतो. मध्ययुगीन अध्यात्मप्रवण मराठी काव्याचा प्रभावही जाणवत नाही. लौकिक स्वरूपाच्या अशा रचना मध्ययुगीन मराठी काव्याच्या वेगळ्या अंगावर प्रकाश टाकतात. आश्रयदात्यांच्या रंजनासाठी आश्रितांनी रचिलेली ही काव्ये आहेत.

प्रस्तुत 'बारामास वर्णन' हे काव्य १२ श्लोक आणि १२ पदे अशी दुपेडी स्वरूपातील आहे. 'पद' या शब्दासाठी काही ठिकाणी 'दरू' हा तमिळ शब्दही योजला जातो. प्रत्येक महिन्याच्या पहिल्या श्लोकात नायिकेचा विरहभाव आणि बाह्य सृष्टीतील विविध घटनांमुळे तिच्या मनाला येणारी व्याकूळता पदामधून मांडण्यात आली आहे. महिना बदलतो, ऋतू बदलतो; पण त्यांच्या वर्णनात निसर्ग वैभवाच्या दर्शनाऐवजी समाजजीवनात साजरे केले जाणारे सण, व्रत, उत्सव आणि प्रियकराच्या अभावामुळे त्यात सहभागी होता येत नाही, याचे दुःख नायिका-सखी संवादाद्वारे व्यक्त झाले आहे.

ही काव्ये महाराष्ट्रापासून सुदूर दक्षिणेत तंजावर यासारख्या ठिकाणी लिहिली

गेली असली, तरी मूळ महाराष्ट्रातील सांस्कृतिक जीवनाचा त्यावरील प्रभाव लक्षणीय आहे. महाराष्ट्राशी असणारी त्यांची सांस्कृतिक नाळ अद्यापि तुटलेली नव्हती. हेच प्रत्येक महिन्यातील सण-उत्सवादिकांच्या उल्लेखावरून स्पष्ट होते. मार्गशीर्षातील चित्रान्न भोजनाचा उल्लेख तंजावरी विशेष दर्शविणारा आहे.

चैत्र महिन्यात गुढ्या उभारतात. गौरीपूजन करतात. वैशाखात अखतीज (अक्षयतृतीया) पूजन, द्विजांना पक्वान्ने, शीतल जल, पादुका, पंखा, सुगंधित पुष्पे, चंदन देतात. विरहिणीची स्थिती यावेळी कशी असते?

वियोगातपे तप्त वैशाखमासी

कसे काय सोसील उष्णांगमासी ।

पतीचे दया छत्र सौरक्षणासी

जरी होय तो सर्व संतापनासी ॥

ज्येष्ठात वटसावित्री व्रताचा उपवास, पूजा, सौभाग्य वाण देणे (१६ सवाष्णींना) इ., आषाढात एकादशी इत्यादी, श्रावणात सोमवार व्रत, नागपूजन, जिवतीपुनव, भाद्रपदात हरितालिका निराहार उपवास, गणेशपूजन हे सर्व लोक भक्तीने करतात. पतीजवळ असता तर मीही केले असते.

आश्विन महिन्यातील उत्सवात तरी प्रियाने यावे असे तिला तीव्रतेने वाटते. या काळात नवरात्रोत्सव, देवीपूजन, होमहवन करून अश्व, गज, शस्त्रांची पूजा होते. दशमीस सीमोल्लंघन, शनिपूजन करून गीत-वाद्यांसह सोने म्हणून घरी रमणीस आणून देतात. चतुर्दशीस चार दिवसांचा दीपोत्सव होतो. कार्तिक-मासात एकादशी, द्वादशीचे व्रत, तुळसी आणि आवळीपूजन, वनभोजन, प्रबोधोत्सव साजरा करतात. मार्गशीर्षात हरिकथा श्रवण, धनुर्मास म्हणून प्रात:काळी चित्रान्न करून ब्राह्मणासह भोजन करतात. चंपाषष्ठीचा सण, मार्तंडभैरव पूजन होते. पौषमासात संक्रांतीचा सण येतो. वधू जन तीळस्नान करून दीपदान देतात. सुगडाची वाणे देतात. हळदी-कुंकू देऊन बदरीफळांनी ओटी भरतात. (मी दान कसे करावे?) माघमासात शिवरात्री व्रत सर्वत्र नियमाने करतात. निराहार राहून शंकराची पूजा, उपहार, जागर आणि ब्राह्मण तर्पण करून पारणे करतात. (पण पतीवाचून माझ्या डोळ्यांचे पारणे फिटत नाही.) फाल्गुन महिन्यात वसंतोत्सव मोठ्या प्रमाणात साजरा करतात. परस्परांवर सुमन जल शिंपडतात, स्त्री-पुरुष गानविलास करतात. त्याच काळात माझा प्राणपती गावी आल्यामुळे माझे दु:ख संपले. जीवास बहुत संतोष झाला.

---

१. Journal of the Tanjore Maharaja Serfojis Saraswati Mahal Library,
   Vol. : 29, No.1-2-3.

या सर्व सणावारांच्या उल्लेखात प्रेयसीच्या मनातील उलघाल, निसर्गात होत चाललेला बदल यांचे वर्णन नसल्यामुळे ते एक साधे निवेदन वाटते. अशा काव्यांत लोकगीतातील सहजता आणि मोकळेपणा नसतो. शृंगारकाव्यातील विप्रलंभ किंवा संयोग शृंगारातील उत्कटता नसते किंवा मधुराभक्तीतील आर्तभक्तीची व्याकूळताही नसते. उत्तर हिंदुस्थानातील 'बारहमासा' काव्यांच्या तुलनेत अशी काव्ये त्यांचा साचा उचलतात, पण आत्मा हरवतात असे वाटत राहाते.

'षडऋतुवर्णन' अनाम

'अतीवसुंदर अमित गुणाकर' अशी सुरुवात असलेले हे काव्य ७ श्लोक आणि ७ पदांचे आहे. काव्यात कवीच्या नावाचा उल्लेख नाही. त्यामुळे या कवीने 'अनाम' राहाणेच पसंत केलेले दिसते. हे काव्य शाह भूपतीच्या काळातील असल्याने त्याच्या आश्रित कवीने त्यासच त्याचा नायक कल्पिले आहे. त्याची स्तुती करताना नायिका म्हणते–

भव्य सुलक्षण नव्यमनोभव ।
दैवज्ञ प्रभुवर महाराजा
येईल जरी नृप देईल आलिंगन ।
जाईल विरहताप माझा ॥१॥

विविध माळा गळ्यात घालून नायिकेला सुखविण्याचा सखीचा प्रयत्न विफल होतो. पतीशिवाय तिला ते सर्व व्यर्थ वाटते.

उन्हाळ्यात तरुणांना चंदन, वन, उपवन, शीतल जल सुखकारक वाटते. पण नायिकेला शय्येस भ्रतार नाही, याची खंत लागून राहिली आहे.

पावसाळ्यात मेघ गर्जतात, मोर नाचू लागतात. चातक प्रेमभरित होतात; परंतु जाई-जुई ही फुले किंवा केवडा तिला पीडादायक वाटतात. वर्षाकाळी प्रवासाहून भूपती परत येईल असे वाटत होते; पण हा काळ व्यर्थ जातो. भूपती सतत तिच्या समोर दिसतो.

मेघगर्जना कठोर वाटते. नृपती नसताना प्रासाद अरण्याप्रमाणे वाटतो. त्याला आणण्याचा लवकर प्रयत्न कर, अशी ती सखीला विनंती करते. शरदऋतूत सर्वत्र निर्मल जल असते. मानस सरोवरातून हंस येऊन कमलांचे सेवन करतात. पती अद्यापि न आल्याने तिचा संसार निस्सार झाला आहे. शरदकाळही असाच गेला. पतीने न येण्याचा जणू नेमच केला आहे.

हिवाळा आला. प्रेमीजन आलिंगन देण्यास उत्सुक असतात. गरम कपड्यांची आवड असूनही तिचा पती का येत नाही? फार दिवसांपासून त्याला भेटण्याची तिला असोसी आहे.

पुढील श्लोकात शाह राजांचा 'भोसलाब्धी' असा कवीने केलेला उल्लेख लक्षणीय आहे.

हिवाळा सये होतसे गे उबाळा ।
कृपाळा नृपाळास गे एक वेळा
मला सोहळा आणी गे भोसलाब्धी ।
कलानाथ मी काय देखेन डोळा ।।७।।

शिशिरकाळात पाने झडतात, वृक्ष फळाफुलांनी विलसतात, कुंदकळ्या विकास पावतात. पती परत आल्याचे पाहून तिच्या मनास आनंद होतो. उभयतांच्या मिलनाने दुःख सरले आणि हर्षाने मन भरून गेले. हे मिथ्या नव्हे. खरेच तिने रमणाला पाहिले होते.

या काव्यात उन्हाळा, पावसाळा, हिवाळा या वर्षाच्या स्थूलमानाने तीन ऋतूंचा आणि षड्ऋतूंपैकी शरद आणि शिशिर या दोन ऋतूंचा उल्लेख येतो. कवी या बाबतीत साक्षेपी दिसत नाही. ऋतुवर्णनातील फारसा बारकावा किंवा त्याचा नायिकेच्या मनोविश्वावर होणारा परिणाम यांचे काव्यात्म वर्णन नाही; पण 'बारामास' काव्यापेक्षा 'षड्ऋतू'च्या वर्णनाच्या आगळेपणामुळे हे काव्य वाचनीय झाले आहे. काव्यात वारंवार येणारा शाह भूपतीचा स्तुतीपर उल्लेख कवी त्याच्या दरबारी आश्रित असावा हे स्पष्ट करणारा आहे.

'बारामास' अनाम

धुळ्याच्या श्री समर्थ वाग्देवता मंदिरातील 'बारामास' (बाड क्र. १५८९) हे काव्य एकूण ५८ श्लोकांचे आहे. या काव्याचा प्रारंभ आश्विन मासापासून होतो. दसऱ्यानंतर मुहूर्त पाहून विदेशास निघालेल्या पतीला त्याची पत्नी न जाण्याचा आग्रह करते. 'घरी धनधान्याची उणीव नाही, हवे तर परमेश्वर आणखी देईल' अशी विनवणी ती करते. सर्व संपदेचा त्याग करून वनात जाण्याची इच्छा का धरता असा तिचा प्रश्न असतो. ती 'धा सप्त वरुसाची' असते आणि 'तृप्त नाही वासना' असे म्हणून तिचा कंठ दाटतो. त्या कमलनयनेला पती समजावतो, 'खूप माल घेतला आहे त्यामुळे मला एकवार जाऊ दे, मुहूर्त वेळ टळत चालली आहे.' ती मग उपरीवर (माडीवर) उभी राहून जाणाऱ्या पतीला निरोप देते.

आपली विरहावस्था आपल्या सखीला सांगताना ती म्हणते.

अगे साजणे स्वामी जातो विदेशा ।
वियोगानले देह राहील कैसा
आनंदाचीया यातना केवी साहो ।
किती या पतीचा सखे मार्ग पाहो ।।१०।।

भुजंगप्रयात वृत्तातील या रचनेवर रामदासांच्या रचनेची छाप दिसून येते. उदा.

सदन धन जनाचा मानसी वीट वाटे
पुनरपि कधी आता कांत एकांत भेटे ॥१४॥

कार्तिकमास बहुत सुशील असतो. त्या काळात रुचीर आवळी भोजने चालतात. घरोघरी 'महोछाव' असतो. 'तुलसीपूजे जाती कामिनी' ही दृश्ये तिला दिसतात. पण त्या सर्वांचा तिला उबग येतो.

पती गावी नाही हृदय फुटत असे पाहुनि जना ।
मना येईना काही तजुन नगरी जाईन वना ॥१६॥

टाळ, मृदुंग वाजत आहेत, अगाध कीर्तने होत आहेत, अनेक राग गायले जात आहेत. मार्गशीर्षात मार्तंड षष्ठी येते; पण प्रियतम नसल्याने ती फार कष्टी होते. त्यातच 'दावा साधून चेष्टी, मदन कुटील हा सर्व गात्रासी वेष्टी' त्यामुळे षड्रस अन्न रुचत नाही. कर्पूरमिश्रित तांबूल, सुगंधी सुमने ती दूर सारते. कांत वियोगाने तिचा कंठ दाटून येतो. आणि मग वाटू लागते, 'अबळासी सखे स्मर वैर करी' ॥२२॥

पौषमासात कुरंगनयना तिळपान देतात. सुगडे घेऊन घरी येतात. अशी अनेक दृश्ये समोर येऊन ती अधिकच विरह व्याकूळ होते.

आंगी चंदन चर्चिती परिमळे नाना परी लाविती ।
पुरुषाचे मग हार घालुन गळा, तेले सिरी मर्दिती
भांगी सेंदुर रेखुनी हळदिची उटी कसी लाविती ।
भाळी कुंकुम लाऊनी मग सखे तांबूळ ही अर्पिती ॥५॥

श्लोक रचनेनंतर येणारे छंदात्मक वर्णन करताना त्यापूर्वी प्रत्येक ठिकाणी कवी 'छेंद' असा उल्लेख करतो. सवाई छंदात कवीने केलेले वर्णन पाहा.

यकेदीनी रजनी सजेनी काम भरे व्याकूळ होत असे ।
काकुळतीस्तव पाहूनी लोचने झाकूनी यकली निजली सदनी
वृतीकदंशे तयाहुनी अधिक वेदना बहुदुःख चढले ।
प्राणपतीविन जाईल जाण गो साजने विघ्न उदेले ॥२८॥

माघ महिन्यात

शशी काव्लीचे चांदणे सुध पाही
कशा भोगीती कामिनी सौख्ये देती

हे दृश्य सुखविणारे असले, तरी विरहावस्थेत दुःखदायक ठरते.

> 'स्त्रीचा पती देखुनीया जळाली ।
> पलंगावरी मुर्छना येऊन पडली ॥३॥

ती सखीला म्हणते,

> नको वीणा वाजउ दूर करी गायन कळा
> हीवाळा हा भारी परि विरह संताप मजला ॥३४॥

फाल्गुन मासात वसंताची चाहूल लागते.

वसंत काळ मस्त हा ।

> समीर सुत दुष्ट हा
> अनंग फार माजला ।
> जसा भुजंग चेतला ॥३६॥

हा काळ मदन पीडित असल्याने वसंतऋतू हा शत्रूवत वाटतो. कोकिळेचे कूजनही तिला असह्य वाटल्याने ती तिला उडवून लावायला सांगते. पंख्याने शीतल वारा घालू नका. चंपक, सुंदर मालतीहार मंचकावर ठेवून काय उपयोग? अरगजा चंदनमिश्रित गंध कशासाठी उगाळता? मन्मथ मजवर मारा करतो आहे. तेव्हा हा सारा भोगविलास दूर करा. अशी तिची काकुळतीची विनवणी आहे. बाह्यसृष्टी कशी आहे.

> आंबे बाऱ्हाशी आले, तरुवर फुलले, अंडजी घोष केला
> पाळे घालून भुजंग उसळती गगनी पुष्पे रसाळा
> फागाचार ग जाला सकळ नगरीचा लोक खेळुनि धाला
> माझा तो नास झाला तगमग सुटली मन्मथे मार केला ॥३९॥

या ऋतुराज वसंतात सर्व लोकांना आनंद वाटतो. वाद्घे वाजतात, रणतुरे गर्जतात, बुका आणि गुलाल रंग उधळले जातात. नृत्यांगनांचा नाच चालू असतो. नगाऱ्याच्या नादाने आकाश कोंदून गेले. गुलालाने सारा अवनीतल भरून गेला. तथापि या वेळी जर माझा 'कांत समीप आज असता सौख्ये मला वाटती' ॥४१॥ पंचमीच्या खेळाचे वर्णन उत्तर हिंदुस्थानी पद्धतीचे आहे.

> कोन्ही चढोनि उपरीवरी खंजनेत्रा ।
> पात्रे उलंडीती शिरी रमनीय गात्रा ।
> कोन्ही गुलालभर आंजुळ्वा टाकताती ।
> कोन्ही बळे सुमन गुढे ही मारिताती ॥४५॥

हे पाहून विरहिणीला वाटते. माझा कांत समीप असता (तर) तो ही असा खेळता. 'नेत्राचा मनोरथ सर्व पुरता संताप हा आटता.'

पुढे नवे संवत्सर निघते. सर्व देव विमानारूढ होतात, गुढ्या उभारल्या जातात, द्विजांची पूजा केली जाते, गौरीचा सोहळा स्त्रिया आनंदाने साजरा करतात, बुक्का उधळला जातो. माझ्या विरहानलास मात्र प्रबळ, तुंबळ ज्वाळा उठतात. विरहावस्थेत सुखद भोग तापदायक ठरतात.

पलंग सुपवतीसी सुमन सेज केली बरी ।
मला निज न ये सये मदन वो फार पीडा करी
निशी रूपे प्रगटे शशी परम वैर तो ही करी
अम्ही प्रबळ बरे सुरत आठवे अंतरी ।।५०।।

आपला कांत येत्या पौर्णिमेस परत यावा म्हणून ती भवानीस दवणा वाहून पूजन करण्याचा नवस करते. विरहावस्था दिवसेंदिवस दु:सह होत चालली आहे.

नको सावरू साजणे अंचळा ते ।
तनू तापली नावरे अंबराते
तसे भूषण सर्व काढोनि टाका
नसोसवे मला होत असे फार वाका ।।५४।।

त्यानंतर वैशाख मास येतो. अक्षयतृतीया म्हणजे पितरांचा सण. घरोघरी ब्राह्मणांचा 'उछाव' चालतो शितांबु पात्रे भरून ती द्विजांना दिली जातात. परंतु ती मात्र 'जैसा बक प्रार्थित आहे धनासी तशी मानसी ध्यात आहे पतीशी.'

उपलब्ध ५८ श्लोकांचे हे काव्य वैशाख मासापर्यंतचे वर्णन करते. ज्येष्ठ, आषाढ, श्रावण, भाद्रपद या चार महिन्यांतील निसर्ग आणि विरहार्त स्त्रीच्या मनातील भावना यांच्या वर्णनाचा भाग उपलब्ध झाला नाही. तथापि प्रस्तुत भागावरून त्याच्या एकंदरीत स्वरूपाची कल्पना येण्यास हरकत नाही. हस्तलिखिताचे लेखन अशुद्ध स्वरूपाचे आहे. त्यामुळे कोणत्या स्तरातील वाचकांकडून त्याचे वाचन होत असेल याची कल्पना करता येते. निसर्गातील काही क्षणांचे, घटनांचे वर्णन असले, तरी आनुषंगिक वाटते. मुख्य भर आहे तो विरहावस्थेतील स्त्रीच्या मानसिक उलघालीवर. त्यातील उत्कटता चित्रित करण्याचा कवीचा प्रयत्न बऱ्याच अंशी यशस्वी झाला आहे.

मराठीतील बारामास काव्ये

अमृतरायकृत

।। १. द्वादशमासवर्णन ।।

(कार्तिकमासवर्णन)

चिंतातुर राधा कामिनी । सांगे साजणी ।। ध्रुवपद.।।
पुण्यमास सये ! कार्तिक, न्हाति जनलोक, विश्व करिति आनंद ।
षड्रस पक्वान्न भोजन *कृष्णाकारणें गाति नंदाचा नंद ।।
नानापरि धर्म करिती, दीप लाविती, नारींस होय आल्हाद ।
हरि माझा स्वामि हो! मथुरेसी, मी तों परदेशी, मज वाटे खेद ।।चिंता०।।

(श्लोक)

परम कठिण काळीं राधिका रम्य बाळी,
चहुंकडे वनमाळी नेत्रबिंबे न्यहाळी ।
तदुपरि मृगनयनी वेधिलि कामबाणीं,
विरहविकळ झाली राधिका कृष्णराणी ।।१।।

(मार्गशीर्षमासवर्णन)

मार्गशीर्ष धन्य आयिका, न्हाति बायका, पतिसेजे पहुडती ।
नानापरि भोगविलास, अति उल्हास, सुखगोष्टी करिती ।।

परस्परें गोडी आनंदें, बहु विनोदें, कैसी उभयतां प्रीति? ।
कृष्णरायें मज त्यजिलें, कां हो ! रुसले? किती करूं मी खंती ।। चिंता०।।

(श्लोक)

कमलनयन कान्हा काय झालें कळेना?
यदुपतिविरहाची वेदना साहवेना ।

---

* विप्राकारणें.

लवकर हरि आणा प्राण जाईल जाणा,
टकमक बघतां कां कृष्ण शोधूनि आणा ॥२॥

(पौष्यमासवर्णन)

पौष्यमासीं पतिवियोग गमे क्षण युग, तयाविण क्रमेना ।
विरहानल अति पेटला, जीव कष्टला, अंगीं दाह शमेना ॥
दीननाथा ! कां हो ! कोपलां, कंठ शोषला, मज निद्रा कां येना? ।
करूं किती दुःख साजणी ! नये आझुनी, माझी करुणा कां येना? ॥ चिंता०॥

(श्लोक)

जळत जळत कुंडामाजि नेवोनि दंडा,
घळ घळ नयनाची धार तुम्ही विखंडा ।
ढळ ढळ निढळाशीं घाम कोठोनि येतो ?
झुळ झुळ उदकाचा पूर कोठूनि जातो? ॥३॥

(माघमासवर्णन)

माघमास आला गे साजणी ! मी वो ! विरहिणी, पति नाहिं शेजेसी ।
पूर्वीं पापें मज घडलीं, तीं फळलीं, म्हणोनि बिघडे यासी ॥
दारुण हें शीत वाजतें, मज पीडतें, कोण सांगे कृष्णासी ।
तूं वो ! सखी माझि जिवलगा, आणि श्रीरंगा, चरण झाडीन केशीं ॥ चिंता०॥

(श्लोक)

दहद दहद कुंडामाजि कोंडून दिल्हें
फणिपतिशयनानें का मला मोकलीलें ।
म्हणुनि विकळ आंगीं राधिका ते शुभांगी,
धिक धिक जिव माझा कृष्णजीच्या वियोगीं ॥४॥

(फाल्गुनमासवर्णन)

फाल्गुन वसंत खेळती, जन हर्षती, माझें दुःख शरीरीं ।
धन्य धन्य गोडी आठवीं, कृष्ण भेटवीं, शेजे नाहीं मुरारी ॥
भरंवसा नाहीं या देहाचा, तरुणपणाचा, बहु झुरें अंतरीं ।
हरिविण काळ जातसे, श्रम होतसे, बोले राधा सुंदरी ॥ चिंता० ॥

(श्लोक)

सुरस मधुर वाजे वेणु कोठें विचारा,
विकळ मि सखियांनो ! धीर नाहीं शरीरा ।
तंव तिज सखि बोले, 'जो हरी वेणुनादें
त्रिभुवनमन तेव्हां मोहिलें नादछंदें' ॥

(चैत्रमासवर्णन)

चैत्र मास उष्णकाळ, हा महा ज्वाळ, होय मज जाचणी ।
जळाविण जैशि मासोळी, तैसी तळमळी, तेणें कष्टि मी मनीं ॥
विरहानल अति पेटला, जीव कष्टला, सेजे नाही चक्रपाणी ।
विविधोपचार करितां, न सरे हो ! व्यथा, नये कृष्ण अजुनी ॥ चिंता०॥

(श्लोक)

तळमळ करिताहे चैत्र वैशाख भारी,
हर हर सदनातें कोण आणी मुरारी ? ।
जळु जळु जिव माझा, प्राण व्याकूळ झाला,
क्षण युग, जगदीशा ! काळ हा व्यर्थ गेला. ॥६॥

(वैशाखमासवर्णन.)

वैशाख शीतळ चांदणें, देहकारणें, बहु उपचार केले, ।
कर्पूर चंदन चर्चिलें, तेंहि सूकलें, चर्चवीलें ॥
घननीळा हेममंचकीं सेज घातली, पुष्पें रेखिलीं ।
ये ना कृष्ण, ... बहु कष्टी मी झालीं ॥
गोविंद सेजेसि नाहीं हो ! करूं काय हो ! कांहिं गोष्टि सूचेना ।
अखंड ध्यान हो तयाचें, स्मरण देवाचें, अजुनि आले कां ना? ॥
सेजेसि अंतर पडलें, म्हणुनि रूसवे, कोणी प्रार्थुनी आणा ।
.... ॥ चिंता०॥

(श्लोक)

हृदय चळत भारी, कंचुकी शीघ्र सोडा,
लवकर सखियांनो ! कंठिंचा हार काढा ।

मदनपिडित भारी, थोर होतो उकाडा,
लवकरि मुळ धाडा, कृष्ण आणा बिऱ्हाडा. ।।७।।

(ज्येष्ठमासवर्णन)

ज्येष्ठमास प्रीय तुम्हासी विवेक मानसीं होईल कैसें कळेना ।
चातकांस आस घनाची इच्छा मनाची दु:ख कैसें साहेना ।।
मेघावीण मेदिनी पिकेना, आशा पुरेना, जीव कैसा धरावा ।
हरिविण शून्य झालें हो ! चैन गेलें हो ! जाउनि कृष्णासी आणा ।। चिंता०।।

(श्लोक)

थरथर तनु कांपे पाठिशीं धीर घ्या गे !
कळकळ करिताहे कोकिला व्यर्थ कां गे ! ।
गरगर फिरताहे नेत्रबिंबेंहि दोनी,
परि हरिविण यांची वासना कोण मानी ? ।।८।।

(आषाढमासवर्णन)

आषाढ तृप्त हो मेदिनी, चातकां ध्वनी, आर्त पुरवी तयांची ।
मजलागी कैसे भेटती सुख तें देती ऐसी आशा मोठी मनाची ।।
राधेची मोठी हो ! अवस्था, चिंती भगवंता दासी होइन त्याची ।
म्हणते श्रीरंगा भेटवी, इच्छा पुरवीं, सुख नाहीं जिवासी ।। चिंता०।।

(श्लोक)

आतां जरी हरि नये तरि शस्त्रधारा, घेऊनियां तुम्हि करा मजलागिं मारा ।
ऐसा विलाप करुनी मग फार बोले, ऐकूनियां निजजना बहु त्रास झाले ।।९।।

(श्रावणमासवर्णन)

चिंता हो मनाची भेटि कृष्णाची होईल कैसि कळेना ।
हृदय वेधलें, श्रीहरी ! तया सुंदरी कांहीं गोष्टि सूचेना ।।
अखंड ध्यान हो ! तयाचें स्मरण देवाचें अजुनि आलें कां ना ! ।
शेजेसि अंतर पडलें म्हणून रूसले कोणी प्रार्थुनि आणा ।। चिंता०।।

(श्लोक)

धनधान्य सखी करिं घेई, दक्षिणा द्विजवरां बहु देई ।
ज्योतिषास पुसतीं सखि बा गा, कृष्णनाथ कधिं येतिल सांगा ॥१०॥

(भाद्रपदमासवर्णन)

भाद्रपदीं मोठी अवस्था, आणीं अनंता, नाना यत्न करुनी ।
तूं हो ! माझी सखि सोयरी विनंति मी करीं माये ! सांगातिणी ! ॥
ऐकूनि दूति चालली कृष्णासि बोलली विनवि जोडूनि पाणी ।
राधेची अवस्था ऐकतां कृपा अच्युता, पक्ष्यीं आले उडोनी ॥ चिंता०॥

(श्लोक)

सारिका गजबजे बहु बोले, आंगणीं फिरत नाचत डोले ।
वामनेत्र सखि कां लवतो गे, प्राणनाथ कधिं येतिल सांगें? ॥११॥

(आश्विनमासवर्णन)

आश्विनीं नवरात्र आनंद, आले गोविंद, फार उत्साह झाला ।
चांफेल मर्दुनि षड्मार्जनें कृष्णाकारणें आरत्या ओंवाळिल्या ॥
भोजन सारुनि एकांतीं सुखें नीजती, राधा मनीं निवाली ।
अनाथ मी हरिनायिका, बोले त्र्यंबका, ऐसें.......विश्वा कळलें ॥ चिंता०॥

(श्लोक)

हृदय जळत होतें साजणी शांत झालें,
सरस वदन चुंबें आंग माझें निवालें ।
हरिकर सखि बाई लागतां आजि आंगा,
तनु मन धन तेंही सर्व आलें उपेगा ॥१२॥

(अधिकमासवर्णन)

अधिकमासीं बहु सोहाळा बोलसी बाळा कृपाळा ।
कृपा आली कृष्णासी येऊनियां राधा भोगिलि, मनिं तोषला ॥
महाल्हाद झाला नाना प्रकारचीं वायनें विप्रांकारणें ।
देत राधा सुंदरी, हर्षयुक्त राधा कामिनि सांगे साजणी ॥ चिंता०॥

(श्लोक)

अधिकमास सखे गे ! हीत माझें पुरे ना
क्षणभरि सखि बाई स्वामि सन्निध आणा ।
घडि घडि सखि बाई पाहतां तृप्ति हो ना
म्हणत अमृत हेंवी वासना सांठवेनां ॥१३॥

।। २. अभिनव बारामास ।।

गुणवति पति गावां जातसे सर्वथां तो
अतिशय बहु केला जाहला की वृथा तो
सजणि जन समस्तां जाहला की तमाशा
निजपतिविण कंटू काय चैत्रमासा ।।१।।

हरि हरि विरह न सोसवे
लागली सये ।।धृ.।।
चैत्रमास सये महा थोर - शोभे सुंदर
बहुकानन विलसे ।।१।।
चंपक तरुवर फुलती - पीक बोलती
भ्रमर फिरती उल्हासे ।।२।।
हळु हळु सखि मलयानीळ - वाहे शीतळ
मज कांहिं न सोसे ।।३।।
घरो घरिं गुढिया उभारिती - सण करिती
नित्य आनंद ऐसे ।।४।।

मधुर मधुकरांचा ऐकतां शब्दकानी
विकल हृदय माझें होतसे कीरवाणी
झडकरि सखियानो भेटवा माधवासी
पति विरहित कंटू काय वैशाखमासी ।।२।।

वैशाख मास हा सहज आली अखतीज
सण करिति सकळ ।।१।।
प्रत्येकहिं पानक पूजन - करिति जन
कोण पाहु सकळ ।।२।।
आजि राजीबदल लोचन - दुःखमोचन
केवि कोठें राहील ।।३।।

भोजन फलहार सारील - श्रमहारील
कैसा सखिये हे न कळे ॥४॥

दिनमणि किरणांनी दीनता आणिली वो
रमणिमणि शरीरा राजसे न्याहली वो
विरहभर विशेषें धीर नाही जिवाला
विमल कमल नेत्रें मास हा ज्येष्ठ आला ॥३॥

ज्येष्ठमास पहा आलासे - आजि राजसे
वटसावित्रि सण ॥१॥
भणभणीतें निजमंदिर - अतिं सुंदर
अैक सखिये वचन ॥२॥
विरहभरें जीव तळमळी - मज न्याहळी
वेळ वाटे कठिण ॥३॥
तापति किं सूर्य किरणें - महादारुणे
माये साहेल कोण ॥४॥

आषाढमास श्लोक

पतिविण सुखदाता कोण या भूतळीं कीं
किति ह्मणुनि शिणावे घोण म्या घातलीकीं
पळभरि धरि मातें जीव माझा मुराला
शिवशिव कसि कंटू मास आषाढ आला ॥४॥

आषाढमास हा संपूर्ण - गेला दारुण
सण ठाणवयींचा ॥१॥
घोण सखी म्या घातली - आजि भूतळीं
काय बोलु मी वाचा ॥२॥
जीवाच्या जीवना वांचुनी - काय वांचुनी
प्राण व्याकूळा साचा ॥३॥
अळिवेणी पळभरी मज धरीं - शीणतें भारीं
सुख वैभव कैंचा ॥४॥

गगन सघन झाले येतसे पाउसाळा
मदन उदय माझा अंतरी पूर्ण झाला
सुपति कुसुम शैय्या येत नाहि मनाला
सुपतिविण कसी मी कंटु या श्रावणाला ॥५॥

श्रावणमास हा वेल्हाळे - सण भरले
नागपंचमी आली ॥१॥
सोमवार शिवपूजन - करिती जन
काय बोलु नव्हाळी ॥२॥
मंगळा गौरि घरोघरि - होती सुंदरी
भेटवी वनमाळी ॥३॥
लागवेग करि माउली - माझी साउलीं
वेगीं आणि ये वेळी ॥४॥

विरचुनि सुमशैय्या ताप हा शांत व्हाया
लवकरि हरिणाक्षी जातसें जो निजाया
तव सखि मदनानें त्याशरिं मार केला
हरिहरि कसि कंटू मास हा भाद्र आला ॥६॥

भाद्रपद मास हा आला - जीव काहला
फार जाहलें बाजी ॥१॥
हरिणाक्षी सखि हरिताळिका - करिती बालिका
पुष्प मंडपामाजी ॥२॥
मांडुनियां शिव पार्वती - पूजा करिती
जागरण वो आजी ॥३॥
शिव शिव तां ऐसें कां केलें - आह्मा बिघडिलें
मी तो दिवस मोजी ॥४॥

विकसित कमला तें पाहतां पूर्णदृष्टी
निजपति वदनातें आठवी चित्त कष्टी
सदय हृदय माझा भेटवी वल्लभासी
दिवस तरि कसे मी कंटू आश्वीन मासीं ॥७॥

आश्र्वीन मास नवरात्र - दिवस विचित्र
आले साजणि पाहिं ॥१॥
कुलदैवत घटस्थापना - तोषब्राह्मणा
मज उल्हास नाहिं ॥२॥
कोण्हींतरीं तुम्ही बायका - प्राण नायका
भेटवा लवलाहिं ॥३॥
यावरि प्राण हा राहिना - विरह साहिना
सोसना मजकाहिं ॥४॥

नवनळिनदळांचा सोसना सीतवारा
नमन करितसें मी होतसे कीं उबारा
हृदय उलत आहे पाहतां चांदण्यासी
सुदति पतिसवेगीं आणि कार्तिकमासी ॥

कार्तिक कैसा कंठावा - आला पाडवा
दीपावळि जनासी ॥१॥
बीजपंचमी सण करिती - दीपलाविती
द्वादशीचे वो दिवसीं ॥२॥
सांजेसि तुळसी पूजन - वन भोजन
माझी अवस्था ऐसी ॥३॥
पतिरूपसर्वत्र बाणतें - मन शीणतें
विरह सोसु वो कैसी ॥४॥

अति परिमळ शैय्ये पुष्पगंधादि नाना
विपरित मज झालें साजणी सत्य माना
पसरुनि पदरातें मागतें मी तुम्हासी
विसर न करि नाथा भेट कीं मार्गशीर्षीं ॥९॥

मार्गशीर्षमास सकळ्ळासी - जनलोकांसी
पाहें आनंद होती ॥१॥
चांपेसष्टि सये आलीसे - महाउल्हासें
सण अवघेहिं करिती ॥२॥

मजतरि कांहिं न सूचतें - मन खोंचतें
दिवसें दिवस सुदती ॥३॥
गहिवरें निजकंठ दाटतो - मोह लोटतो
फार लागली खंती ॥४॥

जडित कनकवस्ता भार होताति मातें
घडिघडिस अवस्था काय बोलुं तुह्मातें
बहुतदिवस झाले पाहुनी श्रीहरीसी
कठिण दिवस जाती साजणी पुष्यमासीं ॥१०॥

पुष्यमास अति शोभतो - जीवलोभतो
नगर नागर नारी ॥१॥
नवीनवी नेसुनिलुगुडी - घेतीसुगडी
कुंकें रंगुनि सारी ॥२॥
पंकजलोचना सुंदरी - प्रति मंदिरीं
जाती देताति भारी ॥३॥
नव नवपानाचे विडे - देती सुगडे
दिवस आनंदकारी ॥४॥

नयन लवतसें की साजणी आजि डावा
नळिन नयन माझा स्वामि दृष्टी पडावा
सकुणहिं सखियानो सांगता निश्चयेसी
ह्मणउनि मजवाटे धीर या माघमासी ॥११॥

माघमास आला कामिनी - गजगामिनी
पतिवाट मी पाहें ॥१॥
डावाडोव्ळा माझा लवतो - शुभ भावतो
काक बैसुनि बाहें ॥२॥
शकुण सखीजन सांगती - येतसे पती
स्फुरे सुंदर बाहे ॥३॥
ह्मणउनि मज धीर वाटतो - हरिख दाटतो
हें तो सत्यचि पाहें ॥४॥

निरखुनि सुखदाता स्वामि रुक्मांगदाचा
हरिखुनि हरिणाक्षी बोलतां नम्रवाचा
कवळुनि वनमाळी भेटला आदरेंसी
अभिनव रतिरंगें कंठिती फाल्गुणासी ॥१२॥

फाल्गुणमासीं सुंदरी - भेटतां हरी
शोक टाकुनि रमणी ॥१॥
अभिवरती रसें माजली - अती साजली
हरिखें लागुनि चरणी ॥२॥
रुक्मांगद विभुनायका - सुखदायका
पूर्ण झाली शिराणी ॥३॥
नवस आजि माझे पुरले - श्रमहारले
बोले मंजुळवाणी ॥४॥

।। ३. षड्ऋतुवर्णन ।।

कांते विलोकि नवला अबलादिराजे
कांते वियोग रचिला अजि काय साजे ।
कांता:प्रसूनभर शोभवितो वनाला
कांतारभूमि कलकंठि वसंत आला ।।१।।

वसंतऋतू अवो सुंदर
आला सादर अतिउपवन विलासें
जाईजुई बहुफुलति
भ्रमर भोंवती पिक गाती उल्लासें
हळुहळु सखी मलयानिळ
वाहे सीतळ सुख वाटेल कैसें
विहरभर अतिदारुण
सोसी हे कोण मारमार न सोसे
ऐसी ये वेळे कांता वांचुनि काय
वांचुनि जीव व्यर्थंचि भासे ।।१।।
मानवती हरी पालवी मन चालवी ।।

भाळी टिळा विलसतो नवपाटलीचा
लोलंबयुक्त नवहार नवभल्लिकेचा ।
लोलाक्षि चित्र सुमने वृजे तो तुराही
आला विलासि वरुष सुंदर ग्रीष्म पाही ।।२।।

ग्रीष्मऋतु अतिदारुण
आला कठिण तपती सूर्यकिरण ।
हार भार मज वाटतो
कंठ दाटतो जाये युगपरि क्षण
सुमशय्या मज सोसेना
काहीं रूचेना होतो बहुसाल सिण

सरसिजदळनेत्र आणी वो
शुकवाणी वो तरीं त्यावीण कोण ॥२॥
मानवती हरी पालवी मन चालवी ॥

व्योमी शुभांगी घनदुंदुभिनाद गाजे
सन्मीनचिन्ह कदळीध्वज साचसाजे ।
मुक्तापरि करितसे जलबिन्दू वर्षे
तक्तासि बैसविलसे मदनासि हर्षे ॥३॥

वर्षऋतु आला साजणी
होते जाचणीं वेगी घननील आणीं
कनकांगी केतकी मालती
बहु शोभती माझी पूरवि सीराणी
होत असे घनगर्जन
मज तर्जन झालें अतिदीन वाणी
साहवेना कामसायका
विना नायक रजनीजन येता ॥३॥
मानवती हरी पालवी मन चालवी ॥

फुल्लारविंदतति शोभती राजहंसी
सल्लापिजे सरस कामुक जेवि हंसी ।
शोणाधरा सकळहीं न रुचे मनाला
कोणासि होय जगतींत शरत्सुकाळ ॥४॥

या शरदेशी न कंठवे
पति आठवे वाटे विव्हळ जीवा
गर्जती त्याशुकसारिका
मनोहारि कां केवी धीर धरावा

नीरजाक्षी हंस साजती
मज जांचती आणी प्राण विसावा
चंद्रसांद्रकर दावितो

---

१. T.M.S.S.M. Library, Marathi Ms. d. No. 2019

सोई धावितो काय साधितो दावा ॥४॥
मानवती हरी पालवी मन चालवी ॥

पीनस्तनी परमविस्मय वाटताहे
स्वप्नीं हरी मजसीं येवुनी भेटताहे
काहीं सुखातिशय सांगवीतो जीवाला
नाहींतरीं कसि मी कंठीन वो या हिमाला ॥५॥

हेमंत रूतु सुलभ लोटतो
तोष वाटतो ऐक नवल वो रमणी
पहुडत सुमसेजउल्हास
पती आलासे क्षेम दे नीलवर्णी
स्वप्नीं येपरी आजि देखीले
मम लेखिले काहीं सुख अंत:करणी
कुचभरी कुंचुकी दाटते
प्रीती वाटते हरी भेटला तरुणी ॥५॥
मानवती हरी पालवी मन चालवी ॥

ताराधिनाथवदना वचनानुरागें
नारायणप्रभु आले अतिलागवेगें
दोघा परस्पर महा रतिरंग झाला
श्लाघ्य तदा करितसे शिशिरोत्तमाला ॥६॥

शिशिरऋतु मज नायका
प्राणनायका वर्तु आनंदमेळी
सौख्यभर रति साधुनि
प्रीती लाधुनी सखिये वनमाळी
करूनिया भाव सूचना
केली वंचना ये ते पार पावी
नारायणप्रभु यावरी
न जाय दूरी आजी मज सांभाळी ॥६॥
मानवती हरी पालवी मन चालवी ॥

।। ४. बारामास वर्णन ।।

नको जाउ रे एकला दुर देसि
अवस्ता तुझि लागलीया मनासि
कधि मागुता भेटसि हे कळेना
कधी प्राण गोपाळा हा सावरेना ।।१।।

चातुर्मास पाउसाला कर्मीला आला दसरा
पति जातो विदेसि बरा वेस मुहूर्त पाहोनि
टीक ढालूनि त्याने लोटीले विशेसी
शडरस पकवान भोजन पति कारणे
गुज बोले तयासी कामिणी बोले हो भ्रतारा
अहो चतुरा वेगी यावे गावासी ।।१।।

सखे उधवा काये आता करावे
हरि न येता देह कैसे धरावे
पुढे चांदणे हे सखे कोण जाणे
हरी न देखता प्राण ठेउनि जावे ।।२।।

कार्तिक मास हा वीस्णुचा ।। महापुण्याचा ।।
लोक न्हावया जाति तुळसि वृंदावन पुजन
कथा पुराण जन विस्व यैकति ।।
आवली भोजन करण नित्य ब्राम्हण
विस्णुकथा कथिती
पति माझा गावि नाहि वो काये करावे
मज वाटते खंति ।।२।।

मज मानसि कृस्ण आजि येतो
क्रीडा करितो गोपिका खेलवितो

तरी रुसले काये आता करावे
दयासागरासीघ्र घेउनि यावे ।।३।।
मार्गेसर मास आला वो पति गेला वो पतिवीण करमेना ।।
घरोघरी आनंद करीति दीप पाजळति
चांपेसस्टीचा सण पतिवीण सण
काये करणे वीशाप्रमाणे गोड न वाटे सर्वथा
पति जेव्हा देखन साजणी आहो नयेनि जेव्हा उल्लास मनि ।।३।।

तळमळ विरहाची सर्वथा सोसवेना
हृदय फुटत आहे हाच हा आवडेना
सकल जनि मीलावो साजनि सिघ्र यावो
क्षण भरी वीनवा वो वैद्य गोविंद वावो ।।४।।

पुश्य मास आला वो साजणे न ये आझुणी काये करू मि आता ।
तिळ संकरांतीचा माहा सण । करीति पकवान । मज वाटते चिंता ।
घरोघरी वाणे सुगड्याचि । हळदि कुंकुमाची । नारी देतिल आतां ।।
पति माझा गावि नाहि वो । काये करु वो । मज वाटते चिंता ।।४।।

रजनि विरह जाले आझुणी का न येसी
कमलनयेन कान्हा कोठे तु गुंतलासी
आता येतो भाक देउनि गेला
प्रीये सखे मजला गे प्राणसंदेह जाला ।।५।।

माघ मास आला वो सखीये काये करावे
जातो हिंवाळा भारी ।
आंबे जांबळी पाने झडति । बोरी लवती रुतुकाळाचे भारी ।
दिपके विण जैसे मंदीर सुन ढवलारे ।
तैसे जाले अंतरी ।
मेघेविण मेदीनि पीकेना आस पुरेना
पुरुशाविण गमेना ।।५।।

अहो माये बापे असे काय केले
नदीपुरा माजी लोटूनि ही दील्हे

कसे ब्रह्मसुत्रासी नेणें विधाता
यथायोग्य नाहि करू काये आता ॥६॥

फालगुण मास वसंतु खेळे बसवंतु । जना लोकां आनंदु ॥
चोवा चंदन गुलाल करीती ख्याल
वरी सींपण्याचा छेदु ॥
पति माझा गावि नाही वो । काये करू वो मज वाटते खंति ॥६॥

बहुत दिवस जाले पत्रीका येत नाहि
प्रियतम सखी तू वो सांग वो येत काही
तगबग सुटलीसे सर्वथा सोसवेना
सकुण तरी सांगे काल हा पै गमेना ॥७॥

चैत्रमास नीर्मल चांदण जना कारण
मन काहि बसेना ।
पलंग सुप (व) ती सेज टाकली धरणी
लोटल्या मज निद्रा लागेना
चींताक्रांत बहु जाले ।
निद्रा लागली पति स्वप्री दिसेना
पति माझा स्वप्री दीसता शीण हरता
मज कैची वो चिंता ॥७॥

सये चालीला कृष्ण हा पंथ वाटे
तयाचे वियोगे बहु कस्ट वाटे
नये निज ला... चा सये पुर लोटे
कधि मागुता कृस्ण हा सिघ्र भेटे ॥८॥

वैशाख मास सण वो तीथी कोण वो
आली आखेतीज सये ।
पीतराची सामग्री करुणे । घट भरणे वाट पतीची पाहे ।
निर्जल जैसी मासोली अती तळमळी तैसे जाले अंतरी ॥८॥

आहा शंकरा बा अशे काये केले
पतिवाचुनि येकले राहविले
स्मरोनि करे देह हा जाळवेना
करु काये आता वेथा सोसवेना ॥९॥

ज्येस्ट मास ये उन्हाळा तापती ज्वाला
सीतल चंदन चर्चीला तो सोखीला
ताप रुद्राची कळा चंद्रमा जैसा सितळ तोही तावीतो ।
आंगी कर्पुर ज्वाला लीखीत पती मज धाडीता
सीण हरता कधी देखेन डोळा ॥९॥

विशये वीशये करीता वेर्थ सौंसार केला ।
क्षणभरी परी नाहि मुक्तिचा येत्न केला
न करी आम्हास आता सेवी पां कृष्ण आधी
अभीनव सुख साधी वैद्य गोवींद राजे ॥१०॥

आखाड मास पाउसाळा येद वरुशला
काये करु मी देवा
पुनवसु पुश्ये गडगडि पडे वांकुडी
गोड न वाटे सर्वथा
गंगे महापुर दाटति । बोहल भरति किति करु मी धांवा
दाहा मास जाले मंजुळा गेले तपासी
न येती आझुणी गावासी ॥१०॥

बहुत दिवस जाले द्वारके कृष्ण गेला
आसुनि नाहि आला चोरटा लुब्ध झाला
सकल तुम्ही मीलावो साजणी सीघ्र यावो
नाहितरी त्यासी गोस्टी पुसोनि या वो ॥११॥

स्रावण मास उत्तम नागपंचमी । नागा पोवती वाहाति
स्रावण सोमवार अभीशेख पुजा अनेक
जली पुस्पे वाहति
दहि दुध घ्रुत मधु शर्करा पुजा शंकरा

बेलपत्री वाहति
पती माझा गावी असता पुजा करीता
पुण्ये त्याचे सांगाती ॥११॥

नको हार घालु गळ्यां भार होतो
सये विंजणा वारीता प्राण जातो
सरद (शरद) काळीचे चांदणे निज भारी
बहुत पीडितो गे चंद्रमा दृ (दु)ष्ट भारी ॥१२॥

भाद्रपद मास पोळ्याचा सण बैलाचा
हरुश माझीये मनि ।
माझे वो आंगणी कावळा बोले मंजुल
पति देखीले स्वप्नी ।
झडकरी उठी वो सुंदरी । सेज संवारी
पती देखीले आंगणी
आनंद हरुशे सांगते सखी यैकते
धावोनि लागली चरणी ॥१२॥

तुम्हा कारणे हो फुटे जीव माझा
तुम्ही न बोला काय अन्याय माझा
भुकेलेत काही फराळ्यासी मागा
मनीमानसी कृष्णजी गोस्टी सांगा ॥१३॥

॥ बारहि मास संपुर्ण ॥
बोले कायीण तुमचे निस्टूर मन
भुकेल्या भोजन मीळाले
वांझे फळ आले । तैसे (म) जला करावे
प्रीती माहाप्रीतीला जणे । आणी बहु जाणे
बोले सयाजिबा म्हणे
सद्गुरु चरण निर्धारी भाव अंतरी
अबाला बाळ्ह अती सुंदरी चिंता बहु करी ॥१३॥

।। ५. अथ द्वादशमास ।।

गजास्या वंदूनी कमळजैसुतां पाय सुमनीं ।
पुजूनीयां भावे गुरुचरण ध्यातों अनुदिनीं ।।
सदां संतीं स्नेहें मम हित बहू हें चि करणें ।
हरीनामीं प्रीती जडवूनि निजानंद भरणें ।।१।।

ऐशी सुखें क्रमुनियां रजनी प्रभाते ।
बोले स्त्रियेसि पति आइक शब्द कांते ।।
आहे सुमूर्त गमना मज तीर्थयात्रे ।
आजि प्रयाण करणें रमणीयगात्रे ।।७।।

निर्धरि संवत्सर एक पाहीं । जन्मोनियां सार्थक आन नाहीं ।।
वियोगदुःखानळ तो स्वदेहीं । नको करूं मत्पद आण वाहीं ।।८।।

पतिगमन मृगाक्षी ऐकुनी स्तब्ध झाली ।
सजळ नयन चित्ती आठवी चंद्रमोळी ।
शिव हर मृड शंभो त्राहि कैलासवासी ।
स्मरत विकळ गात्रें अंग टाकी भुमीसी ।।९।।

सवाई— विव्हळ देखुनि ते युवती प्रिय धांवुनियां कवळी हृदयासी ।
अश्रु पुसोनि म्हणे ललने त्यजिं खेद अधीर तुं काय हि होसी ।।
या पुरुषासि प्रवास निरंतर धीर धरोनि विचार मनासी ।
तूज हि नेइन मी परि बाळक लाहन यास्तव राहिं सुखेंशीं ।।१०।।

श्लोक — संबोखुनी वदन चुंबित कामिनीशी
पाकक्रियेसि उठवी गुणपूर्णराशी ।।
घालोनिया विविधभोजन हो पतीला ।
तांबूल देउनि तिणे प्रणिपात केला ।।११।।

धरुनि हनुवटीतें ऊठवीली पतीने ।
मग मृदु पतिला ते शब्द बोले मतीनें ॥
स्मरण धरुनि माझें शीघ्र या प्राणनाथा ।
विरहजनितदु:खा कोण साहेल वेथा ॥१२॥

बोले प्रियेसि पति आइक निश्चयातें ।
संवत्सरासि दिन एक न होय मातें ॥
आनंदरूप सदनी असिजे प्रियेसी ।
घ्यावा निरंतर हरी हृदयावकाशी ॥१३॥

सवाई – मंजुळ शब्द वदोनि तिला समजावुनि कांत करी गमना ॥
ते क्षणिं ते उपरीवरि सत्वर वेंधुनि पाहि पतीवदना ।
दृष्टिस गोचर तो अवलोकुनि जे क्षणिं तो न दिसे नयनाला ।
व्याकूळ निर्बल चाचर जाउनि कामिनि काय वदे सखियांला ॥१४॥

श्लोक – कशी राहूं आतां पतिविण सख्या हो क्षणभरी ।
त्यजावें या देहा त्वरित उदरीं घालुनि सुरी ॥
अलंकारा भारा हरुनि मृदु हारा विषधरीं ।
परी ज्याची तोडा त्वरित विखुरा मौक्तिकसरा ॥१५॥

संवत्सरप्रतिपदेसि प्रियोत्तमानें । केलें प्रयाण सखि विप्र पुजूनि मानें ॥
त्या दीसहूनि तिणें मग मास बारा । कल्पासमान क्रमिले विसरे
शरीरा ॥१६॥

चैत्रीं आम्रवनें प्रफुल्लित बहू केली वसंते बरी ।
द्याया शीतळ मंद वास कुसुमें मोट्या श्रमात हरी ॥
तेथें जाति समस्त लोक वनिता घेवोनि संगे पहा ।
क्रीडा त्या त्रिविधा करोनि सखया संतुष्ट होती पहा ॥१७॥

माझा पती जरी गृहीं असता सख्या हो । घेत्ये वसंत ऋतूचा
अतिसौख्यलाहो ॥
रात्रीं निशाकर करी बहु तप्त देहा । आरण्य तुल्य सखि मानितसें
स्वगेहा ॥१८॥

वैशाखमास मधुसूदनतोषकारी । आला नसे पति सखे शिण होय भारी ॥
शृंगारयुक्त प्रियहस्त धरोनि नारी । न्हाती जळांत स्तविती वदती
मुरारी ॥१९॥

ऐकोनि केशवकथा नव्ळकुंभवानें । देती द्विजासि दधिभोजन थोर मानें ॥
चर्चूनि चंदनसुगंध टिळे कपाळीं । लावूनि त्या निज सुखें सखि सर्व
काळीं ॥२०॥

प्रात:काळीं ये रिती पुण्यकर्में । भक्तीयुक्ती सारुनी ते स्वधर्में
गाती गीती कृष्णगोपाळनामें । जेणें होती चिन्मयानंदघामें ॥२१॥

वैशाखीं बहु चांदणें पडतसे पीयूषधारेपरी ।
ते वेळीं स्वपतीसमीप चतुरा त्या क्रीडती सुंदरी ॥
हा मास गे सखि पतीविण व्यर्थ गेला ।
वीयोगदु:ख अनळानिळ दीप्त झाला ॥
आता करूं कसि मि काय उपाय नाहीं ।
मातें नसे जिवित आस न आन कांहीं ॥२४॥

आला ज्येष्ठ विशेष ऊन पडतें वृक्षातळीं सावली ।
घेवूनी क्षण एक कांतसदनीं गाईन नामावली ॥
पाव जो श्रम तो हरी यदुपती नाहीं सुखाची कला ।
मार्गीं होतिल कष्ट जाण सखिये भेटेल कैं हो मला ॥२५॥

सावित्रीवट पूजुनी जंव गृहीं आली असे निश्चळा ।
देखोनी पतिवीण रिक्त सदना झाली असे व्याकूळा ॥
कैंची शुद्धि सुबुद्धि हारपुनियां दु:खीत झाली मनीं ।
कांतावीण दिशा समस्त विजना झाल्या मला साजणी ॥२६॥

आषाढमास निघतां प्रिय फार चितें । दे आम्रभोजन पवित्र सदा द्विजातें ॥
श्रीपंढरीशपदपंकजदर्शनाला । जाऊनि कीर्तन करी बहु हर्ष त्याला ॥२७॥

आला श्रावणमास जाण पडलें गर्जे कसें अंबरीं ।
तेव्हां तें भययुक्त चित्त सखये होतें बहूतां परी ॥

वीजांचे कडके अनेक उठतो घोरांधकारे दिशा ।
मेघाची जळवृष्टि फार पडते कैसा धरूं घींवसा ॥२८॥

वाटे या समयीं पतीस हृदयीं आलिंगुनी मंचकीं ।
बैसोनी स्वमुखें सुगंधित विडा घालोनि त्याचे मुखीं ॥
आतां काय करूं कसा धिर धरूं आणा तुम्ही स्वामिया ।
झाला जीव उदास श्वास भरला कीं आग लावावया ॥२९॥

सवाई – सावध होउनि काय वदे सखयांप्रति हात धरोनि कपोळीं ।
या महिन्यांत समस्तहि हे पूजिति शंकर सांब नि शांकरमौळी ।
नाथविना मि अनाथ असे सखि प्राणपती शिवपूजन काळी ।
संगिं बसोनि मला विविधार्चन मारुनि जाणत तोषवि शूळी ॥३०॥

श्लोक— नागपंचमी नागपूजनें । घालिती स्त्रिया फार भूषणें ॥
घेउनी करीं रम्य टीपरी । गाति नाचती त्या परोपरी ॥३१॥

गोकुळाष्टमी कृष्णपूजनें । देखुनी सये ये रिती जनें ॥
लोक सारिती विप्रभोजना । आठवे मनीं प्राणमोहना ॥३२॥

कृष्णभक्त पति साजणि माझा । भक्तियुक्त करि पूजन वोजा ॥
कांतवीण न रुचे मज कांहीं । झोंबला विरहपन्नग देहीं ॥३३॥

सवाई— भाद्रपदीं हरितालिकापूजन मी करितें परि गोड न वाटे ।
श्रीगणराजचतुर्थिव्रतास करीन सखे कधिं कांत सुभेटे ॥
मीन जसा उदकाविण व्याकूळ या परि सोशिन दु:खचपेटे ।
कांतवियोग कसा घडला हृदयीं विरहानळ फार न पेटे ॥३४॥

आश्विनमास जनास सुखास करो सजणी नवरात्रप्रसंगे ।
स्थापुनियां घट सप्तशतीस्तव वाचिति देविपुढें नर संगे ॥
होमविधान सिमाक्रमणा करिती जन नैष्टिक आपुलि रंगे ।
येति गृहा तंव सन्मुख कामिनि देखुनि विव्हळ होति अनंगें ॥३५॥

श्लोक— ऐशा दु:खाच्या दिवसांत कांतें । प्रयाण केलें सखि दूर पंथें ॥
वियोगदु:खास कदापि नेणें । त्या प्राणनाथाविण व्यर्थ जीणें ॥३६॥

कार्तिकमास बरवा हरितोषकारी । स्नानें करोनि स्वपती पुजिती मुरारी ॥
वृंदावनीं तुळसि पूजुनि दीपदानें । केल्या पुन्हा न जननीजठरासि येणें ॥३७॥

चंडचंडिकाअंचलें अती । अग्रिचेपरी देह ताविती ॥
राहुनें निशानाथ ग्रासिला । मागुती कसा दुष्ट वांचला ॥३८॥

लोक अमृता यांसि बोलती । व्यर्थ गे सखे नाम ठेवती ॥
विरहिणी स्त्रिया जाळितो बळें । वैर सांडिलें थोर या सळें ॥३९॥

दूरि तो करा दुष्ट वेगळा । पाहुनां कधीं या अमंगळा ॥
घातकी बहू दुष्ट वोंगळा । काळिमा दिसे मध्यमंडळ ॥४०॥

अनामकृत

॥ ६. बारामास प्रारंभ ॥

॥ **श्लोक** ॥ घवघवीत साडी नेसली पैठणीची ॥
तटतटीत चोळी पीत पीतांबराची ॥
घवघवीत कटी माळ मुक्ताफळाची ॥
आसी राधीका नेटकी कृष्णजीची ॥१॥

॥ **टीका** ॥ च्यातुर्मास पावसाळा कर्मीला आला दसरा ॥ पति जातो वीदेशा मुहुर्त प्रयाण करुनी । पीक ढवळुनी । तेणे लोटील वीदेशा ॥ शडरस पक्वान्न भोजेन ॥ पती कारण ॥ गुज बोल तयासी ॥ कामीनी बोले हो भ्रतारा ॥ आहो चतुरा ॥ वेगी यावे गावासी ॥ आबला बाळा अती सुंदरा । चींता बहु करी ॥१॥

॥ **श्लोक** ॥ उटी घेतली बावना चेंदनाची ॥
वरी घातली कंठी माळ गळ्याची ॥
सखे सोड ग लाज वाटे जनाची ॥
उद्या येईन, आण तुज्या गळ्याची ॥

॥ **टीका** ॥ कार्तिक मास हा वीष्णुचा महापुण्याचा ॥ लोक नाह्याला जाती ॥ तुळसी वृंदावन पुजेन ॥ कथापुराण ॥ जेन वीस्व अैकती ॥ आवळी भोजेन कारण नीत्य ब्राह्मणा ॥ वीष्णुकथा करीती ॥ पती माझा गावी आसता ॥ पुजा करीता पुण्ये ह्याच संगती ॥ आबळा बाळा अती सुंदरा ॥ चींता बहु करी ॥२॥

॥ **श्लोक** ॥ वीदेसी तुह्या कष्ट होतील कांता ॥
भुकेला तरी कोण बोलेल आता ॥
नीजेला तरी पांघरा पांगरूण ॥
वीडा घ्या वीडा बोल बोलेल कोण ॥३॥

॥ **टीका** ॥ मार्गेसीर्ष मास आला हो ॥ पती गेला हो ॥ पतीसहीत कामीनी ॥ घरोघरी आनंद करीती दीप पाजळती ॥ चेंपाशष्टीचा सण ॥ पतीवीण सण काय करण विषाप्रमाण ॥ गोड न वाटे जीवा ॥ आबळा बाळा अती सुंदरी ॥ चींता बहु करी ॥

॥ *श्लोक* ॥ *सखे पींगळा बोलीला आजी कैंसा* ॥
करू काय मी स्वामी गेले वीदेशा ॥
बहु वोखट बोलण पींगळ्याचे ॥
कधी पत्र येईल माझ्या पतीचे ॥४॥

॥ **टीका** ॥ पुष्यमास आला हो साजणी ॥ नय आझुनी ॥ काय करू मी देवा ॥ तीळ संक्रांतीचा महासण ॥ करीती पक्वान्न ॥ काय करू मी आता ॥ घरोघरी वाण सुगडाची ॥ हळीद कुंकुची ॥ मज पाहाता चिंता ॥ आबळा बाळा अती सुंदरी ॥ चींता बहु करी ॥४॥

॥ *श्लोक* ॥ *आहो मायबापा अस काय केले* ॥
नदीचे तीरी नाही लोटुनी दीले ॥
आहो शंकरा पुर्वी म्या पाप केले ॥
तयासारख भोगण प्राप्त झाले ॥५॥

॥ **टीका** ॥ माघ मास आला हो साजणी नये आजुनी ॥ जातो हींवाळा भारी ॥ आंबे जेंबुळी पान झडती बोर लवती ॥ रुतुकाळाची भारी ॥ दीपकाविण जैस मंदीर ॥ सुने ढवळार ॥ नारी झुरे आंतरी ॥ मेघावीण मेदीनी पीकना आशा पुर ना ॥ पतीवीण कर्मेना ॥ आबळा बाळा॰ ॥५॥

॥ *श्लोक* ॥ *सुगंधी फुले हार घेउनी गेला* ॥
न येसी तरी सर्वही वेर्थ गेला ॥
बनी यकली मी बहु कष्टताहे ॥
मना सुंदरा तुज चींतीत आहे ॥६॥

॥ **टीका** ॥ फालगुण मास यशवंत खेळे दशवंत ॥ जेन वीश्व आनंद ॥ चंपा चंदन बुका गुलाल ॥ करती बहु ख्याल ॥ सींपण्याचेनी छेंद ॥ पती माझा गावी आसता पाह ग खेळता ॥ मज कैची हो चींता ॥ आबळा बाळा॰ ॥६॥

॥ *श्लोक* ॥ *उटी घेतली बावना चंदनाची* ॥
वरी बुचडी बांदी गंगावनाची ॥
पलंगातळ्वी शेज चेंपाकळ्याची ॥
वीडा घेउनी वाट पाहे पतीची ॥७॥

॥ **टीका** ॥ चैत्र मास नीर्मळ चांदण ॥ जेना कारण ॥ मला काही भाशेना ॥ पलंगा सुपती शेज टाकीली ॥ धरणी लोटली ॥ मज निद्रा लागना ॥ पती माझे स्वप्री दीसता ॥ सीण हस्ता ॥ मज कैसी हो चिंता ॥ आबळा बाळा॰ ॥७॥

॥ **श्लोक** ॥ गळा हार घालु नको भार होतो ॥
सख्या वींजण वारीता प्राण जातो ॥
जीवा रे जीवा सर्व श्रींगार साज ॥
मला भेटवा स्वामी गोवींद राज ॥८॥

॥ **टीका** ॥ वैशाख मास हा सण हो ॥ तीथी कोण हो ॥ आली आखीति सये ॥ पीतराची सामग्री करुनी ॥ घट भरुनी ॥ वाट पाहे मेघाची ॥ नीर्जेली जैसी मासोळी ॥ अति तळमळी ॥ तैसे परी मज होये ॥ आबळा बाळा० ॥८॥

॥ **श्लोक** ॥ घडघड करीताहे चैत्र वैशाख मासी ॥
हळहळ वदनाचा कोण ग हा नीर्जेळेसी ॥
खळखळ जेगधीशा पुर्वी म्या पाप केले ॥
तयासारीख भोगणे प्राप्त झाले ॥९॥

॥ **टीका** ॥ जेष्ठ मास सखी य उन्हाळा ॥ तापती ज्वाळा ॥ काय करू घननीळा ॥ सीतल चेंदन चेर्चीले ॥ तोही सोसीले ॥ आंगी वीरहनळे ॥ लीखीत पत्र मज धाडीता ॥ सीण हरता ॥ मज कैची हो चींता ॥ आबळा बाळा० ॥९॥

॥ **श्लोक** ॥ आहो राधीका मोडसी वक्र डोळे ॥
कीती सोडसी मोकळे केश काळे ॥
कीती दावीसी कंचुकी अमृत गोळे ॥
तुला देखुनी भुलला कृष्ण काळे ॥१०॥

॥ **टीका** ॥ आशाढमास पावसाळा ॥ मेघ वरुशला ॥ काय करू घननीळा ॥ पुश पुनर्वसु घडोघडी ॥ पडे वाकुडी ॥ कीती करू मी धावा ॥ दाहा मास जाहले टाकुनी ॥ नय आझुनी ॥ काय करू मी आता ॥ आबळा बाळा० ॥१०॥

॥ **श्लोक** ॥ गळ्याच्या सये तुटल्या हार मोती ॥
घरामाजी मी हार घोवीत होती ॥
तेथ सांवळा कृष्ण चोरीस आला ॥
तया देखुनी जीव भुलोनी गेला ॥११॥

॥ **टीका** ॥ श्रावण मास हा उत्तम ॥ नागपंचेम ॥ नागपुष्प जे वाहती ॥ दही दुध धृत मद शेर्करा ॥ पुजा शंकरा ॥ बेलपत्र जे वाहती ॥ च्यारी सोमवार अभिषक ॥ पुजा अधिक ॥ पुण्यवंत करीती ॥ पती माझा गावी आसता ॥ पुजा करीता ॥ पुण्य त्याचे संगती ॥ आबळा बाळा० ॥११॥

।। **श्लोक** ।। शकुन ही रघुवेशा पाहना कां भटोजी ।।
दीन गती येजमाना लागले कोण काजी ।।
वदती मग उपाध्य ऐक राजीव नेत्रे ।।
झडकरी पती यती बोलती वेदशास्त्रे ।।१२।।

।। **टीका** ।। भाद्रपद मास महळाचा ।। सण गवरीचा ।। जनलोका आनंद ।। माझीय
आंगणी काउळा ।। बोले मंजुळा ।। पती देखीला डोळा ।। झडकरी उठोनी सुंदरी ।।
शेज सावरी ।। धावोनी लागली चेरणी ।। बाराही मास संपुर्ण ।। बोले कामीण ।।
तुमचे नीष्टुर मन ।। भुकेल्या भोजन मीळाले ।। वांजी फीटले ।। फळ झाले ।। तैसे
परी मज होय ।। आबळा बाळा अति सुंदरी ।। चींता बहु करी ।।१२।।

।। **श्लोक** ।। तुझ्या तेलवरीया क्षीरी पत्रशाखा ।।
कढी ठीकरीची वड्या रुची देखा ।।
अती आदरे जेवीती यक ताटी ।।
श्वये बैसुनी सांगती गुजगोष्टी ।।१३।।

सुपारी बरी कात हा केवड्याचा ।। हाती पक्वपान चुना मोतीयाचा ।
पलंगावरी शेज अरुवार केली ।। आसी राधीका कृष्णासन्निध आली ।।

ईती बारामास संपुर्णमस्तु ।।

अनामकृत

।। ७. बारामास वर्णन ।।

कसी चांदणी रात्रीगे चैत्रमासीं
क्रमु योग नसतां नृपालोत्तमासीं
कसा काय माझा असे पुण्यरासी
सये योग होईलसा सुंदरासी ।।१।।

चैत्रमासीं सण करिती गुढ्या उभारिती
संतोषें घरोघरीं हिंदोळा
बैसऊनी गौरी पूजिती नारी ।
दवना वो भवानी शंकरा अर्पिती
भक्तीने पूजा शक्तीने करिती ।
सये मज पतींवीण काहींही घडेना
मना आवडेना रमणा वेगळे वो ।।१।।

सखीये कां वो शाहभूपती मंदिराप्रति ।
वियोगातपें तप्त वैशाखमासीं
कसे काय सोसील उष्णांगमासी ।
पतीचे दया छत्र सौंरक्षणासी
जरी होय तें सर्व संतापनासी ।।२।।

वैशाखमांसी अक्षतीज पूजुनी द्विज ।
देती घटभरूनी पक्वान्ने सहित
सफळ जळशीतळ छत्र पादुका व्यजन ।
सुगंध सुमन चंदन देती सज्जन
मग काहीं न घडे पतीचे स्मरण ।
घडेघडे होते मन पीडे
निज डोळां न पडे ।।२।।

सखीये कां वो शाहभूपती मंदिराप्रति ।
सये जेष्ठमासीं मला कष्ट होती
असे तुष्टी पुष्टी पतीचेच हाती
जरी नष्ट होऊन गे दुष्ट भावें
नये नष्टसे प्राण जाण स्वभावें ॥३॥

ज्येष्ठमासीं वडसावित्री व्रत ।
युवती नेमाने करिती उपवास
एकवात आयाचित पूजा निश्चित ।
करूनिया वो देती सौभाग्य वाणें
सवासिणीस सोळाजणीस ।
मी वो कांही वो नेणे पति वांचुनी व्रत वो
वसा नसे भरवसा पति वेगी यायास ॥३॥

सखीये कां वो शाहभूपती मंदिराप्रति ।
आषाढमासीं सखी होय पीडा
न गोड वाटे मज गेह वाडा
नसे तया चाड मुळाच धाडा
कुडा मनीचा पति भाव काढा ॥४॥

चातुर्मास आरंभ संभ्रम व्रतोपक्रम
आषाढमासीं करिती एकादशी
निराहार देव हरिहरास
पूजूनिया धरिता शाकादिकें
व्रत द्वीदळ तेणे निस्तुळ ।
पुण्य पावती जन मज सर्वदा ।
व्रत उपवास पती सहवास नसतां घडतसे ॥४॥

सखीये कां वो शाहभूपती मंदिराप्रती ।
सये श्रावणांत प्रियाचा वियोगें
सदा सौख्य नाही मला दुःख योगें
कां येइल प्राणनाथ स्त्रियाला
मुदाधिक्य होतें तसेच प्रियाला ॥५॥

श्रावण सोमवार व्रत ईश्वर ।
प्रीतीकारणे रीती पंचमीस
नागपूजन युवतीजन
आनंदे नयनासी टिपरी
धाळिती अबळा, मिळोनी बाळा ।
पोवंती पुनवेसी देव द्विजास वो
अर्पिती तसें तर्पिती
मिष्टान्ने करुनिया अष्टमीस
उत्सव करिती तव ।
पीडित हरिकथा मज सखी
पति वियोग व्यथा असे सर्वदा
कधी येईल सांगे ॥५॥

सखीये कां वो शाहभूपती मंदिराप्रती ।
सये भाद्रमासांत गे गाढ निद्रा
उपेंद्रास लागे तथा मौनमुद्रा ।
करिताती चंद्रास कारुण्य सांद्रा
पडे विस्मृती माजि तैसी नरेंद्रा ॥६॥

भाद्रपदी कुळपाळिका हरितालिका ।
व्रत करिती नेमें निराहार
उपवास करूनि मौन धरूनि ।
भवानी शंकराचे पूजन
करूनि नागर रात्री जागर ।
गीतवाद्य सहित चौथीस
गणेश पूजन भक्तीने जन ।
करिती सये पाहे पती जरी सये
गांवीं असतां तरी पुसतां ।
माझा व्रत वो वसनी वो नेणे
पतिवांचुन व्रत पूजन कैसे करूं वो काय ॥६॥

सखीये कां वो शाहभूपती मंदिराप्रती ।
सये आश्विनांतील गे उत्सवासी
प्रिये यावें ऐसेंच वाटे जीवासी
कसे काय येईल त्याचे मनासी
मला तेच गे होतसे साधनासी ॥७॥

आश्विनात नवरात्र वो सये सर्वत्र
देवी पूजन जप उत्सव करूनी
नवु दीवस सये नवमीस ।
होम हवन करूनी अश्वगज
शस्त्र पूजीती बहु साजती ।
वस्त्र भूषण धरूनी दसमीस
सीमोलंघन शमी पूजन करूनी ।
गीतवाद्यसहित वो घरास आणून
सोने मानुन देताती रमणीस ।
दीपोत्सव चतुर्दसीस
चारी दिवस बहु उत्सव करिती ।
वोवाळिती नरनारी वो
प्रीतिभरी वो असोनी रमणाची ।
मजवरी नयेसा झाला वो
माझा काळ वो कधी ये अनुकूळा ॥७॥

सखीये कां वो शाहभूपती मंदिराप्रति ॥
सये मास आला असे कार्तिकाचा
समाचार नेघे पति गे फुकाचा
असा काय अन्याय देखोनि माझा
नये मी करूं काय गे शाहाराजा ॥८॥

कार्तिकमासी एकादसी
तैसी द्वादसीव्रत नेमाने करूनी ।
तुव्सी आवव्ळी पूजन
वनभोजन करिती हरीचा वो ।
प्रबोधोत्सव बहु आदरें

सये गजरें कधी येईल प्राणपति ।
माझा मी करीन उत्सव
तेच दिवसी वो ऐसा माझा नवस ॥८॥

सखीये कां वो शाहभूपती मंदिराप्रति ॥
कसा मार्गमासांत गे मार्ग पाहो
पतीचा वियोगें किती दुःख पाहो
कृपा त्यास नाही न पाही मला वो
नृपाचाच याया उपाया जपावे ॥९॥

मार्गशीर्षमास हरीच्या
अति प्रीतीची ह्मणोनी ।
धनुर्मासी प्रातःकाळी पूजन
चारु चित्रान्ने निवेदन करूनी ।
ब्राह्मणासहित भोजन
करिती जन चंपासष्टीचा सण ।
मार्तंडभैरव भक्तीने
निजशक्तीने पूजती सये ।
माझा प्राणपती अझुण न ये
करू मी काय ते वो मज तूं सांगे ॥९॥

सखीये कां वो शाहभूपती मंदिराप्रति ॥
सये मास आला असे पौष गेहा
कधी सांग येईल भत्तार गेहा
वियोगे तयाचा कसे प्राण पाहा
धरावें सखे म्या तथा या स्वदेहा ॥१०॥

पौषमास आला वो जाण
संक्रांती जाण करिती सर्व जण ।
पर्वकाळीं तीळस्नान वो
दीपदान वो देती वधूजन ।
वाणें सुगडांची घालुनीया तीळ
बदरीफळ परस्परें हळदी कुंकम ।

दे(ऊ)नी भरिती वोंटी
अतिप्रीती असतांजरी गांवि पति ।
माझा करितें मीहीं व्रत
दान सांप्रत ऐसे कैसे करावे ॥१०॥

सखीये कां वो शाहभूपती मंदिराप्रति ॥
बहुदीस झाले कसे म्या करावे
पतिचा वियोगें किती म्या झुरावे
नृपावांचुनी देह कैसें धरावे
सये त्यास गे आप नाही परावे ॥११॥

माघमासी शिवरात्री वो
व्रत सर्वत्र करिती नियमाने ।
उपवास निराहार शंकर पूजा
उपहार तैसा रात्री जागर
करूनीया ब्राह्मण तर्पण
सये पारणें करिती सैयें ।
माझा डोळ्याचे पारणे फिटेना
बर वाटेना पतिवांचुनि कांही ।
गेले सये बहुदिवस
मजला आस लागलीसे वो फार ॥११॥

सखीये कां वो शाहभूपती मंदिराप्रति ।
सये फाल्गुणांतील गे उत्सवाला
अति प्रीतीने भूप गांवासी आला
मला साजणी थोर संतोष झाला
कृपाव्ळास देखोनीया गे नृपाव्ळा ॥१२॥

आला वो फाल्गुण मास हा
उत्सव महा करिती वसंताचा ।
खेळती अबीर गुलाल
सुमनजळ सिंपती एकमेकावरी ।
नारीनर बहु संतोषे

गानविलासे करिती सये ।
माझा प्राणपति आला गांवास
झाला जीवास बहुतही संतोषें ।
गेले माझें सकळ दुःख
झालेसे सुख पतीचा वो संयोगें ॥१२॥

अनामकृत

।। ८. षड्ऋतुवर्णन ।।

अतीवसुंदर अमितगुणाकर आणी सखी आजी शाहराजा ।
असे जाला मज अपार विरह वो अभिलाषा पुरवी सखी माझा ।।१।।

स्मर करितो मार शरानि मज फार
स्मरणहीं नसे माझें रमणाला
हारा नको घालू वारा सये घन
सारा वो बाई दूरी वारा
धरा मनी तुम्हीं धराधिपास वो
घरास विनऊनी वेगी आणा
न राहवे मज नराधिपेंवीण
करावे काय राती करमेना
भव्यसुलक्षण नव्यमनोभव
दैवज्ञ प्रभुवर महाराजा
येईल जरी नृप देईल आलिंगन
जाईल विरहताप माझा ।।१।।

सखीये कां वो शाहभूपती मंदिराप्रति ।
....
.... माळा योजिसी गे गळ्यासी ।
करिसी मज सुखाचा यत्न तो व्यर्थ होतो
पतिवीण मजला गे अन्यथा होत जातो ।।२।।

आला वो साजणी उन्हाळा
युवजनाला सुखकारक जाणे ।
चंदन ताळ पवन आणी उपवन ।
तरुछाया या शीतळ ।।
जळक्रीडा करुनियां युवती सुख पावती

मज नसे वो प्रीती ॥
देखिला वांचुनी शय्ये भर्तार
अतिचतुर लागतसे वो खंती ॥
सखीये कां वो शाहभूपती मंदिराप्रति ।
पहा मेघकाळी सये पक्षी जाती
प्रवासीहुनी मानसा हौंस येती
निजवास ऐसा मनी ते धरूनी
नृपाळूं नये कां असे गे स्मरोनी ॥३॥

॥ पद ॥

आला वो पावसाळा
गर्जती मेघ तर्जती
पांथजनास सैय्ये यायास
टाकुनी प्रवास निजगेहास ॥
वधूसहित मोरें नाचती
सखी ये कौतुकें प्रीती चातकें
बहुतहीं पावती फुलती
जाईजुई केवडा मजला पीडा करिती
पतिवीण आणी वेगी
प्राणनायका सुखदायका हर्ष होईल फार ॥३॥

सखीये कां वो शाहभूपती मंदिराप्रति ।
सये वृष्टीकाळीं मला फार आशा
प्रवासीहुनी येईल गे स्वदेशा ।
करूं काय गे व्येर्थ हा काळ जातो
न येतां सये भूपती गे दिसतो ॥४॥

बहुतहीं सखी मारुत प्राण घेतो
घनहीं कठिण शब्दीं सर्वदा भीति देतो
नृपतीवीण अरण्याचेपरी सौधमासे
लवकरी सखी यत्न ते करी भूपयेसे ॥५॥

शरदकाळीं नभ निर्मळ होतसे जळ
हौंस मानसी हुनी
येवुनी सेविती कमळे सये विमळे
पंक वाळोनी पाहे, होतसे वाट
याया जायाला वाट बहुत नीट
पति अद्यापि न ये काय करूं
माझा संसार जाला निस्सार न पडे मजसी विसर ॥५॥

सखीये कां वो शाहभूपती मंदिराप्रति ।
शरदकाळ सय्ये तसा व्यर्थ गेला
न यावें पतीने असे नेम केला
करी यास गे यत्न तूं एक वेळा
पती वांचुनी प्राण होताती गोळा ॥६॥

आला वो साजणी हीवाळा
सीकती बाळा आलिंगन देयाला—
सुखद पावक, उष्णवसन प्रीती
असोन पती माझा नये कां गेले सये
बहुदिवस वाटे जीवास असोसी भेटायाला ॥
कोण सये असा दिस होईल नृप येईल ऐसा काय उपाये ॥६॥

सखीये कां वो शाहभूपती मंदिरा प्रति ॥
हिवाळा सये होतअसे गे उबाळा
कृपाळा नृपाळ्यास गे एकवेळा
मला सोहळा आणी गे भोसलाब्धी
कलानाथ मी काय देखेन डोळा ॥७॥

शिशिरकाळीं दीन वाढती, पाने झडती
पादपांची फलासे पुष्पानी
बहुतहीं विलसती, कुन्द विकसती
देखोनियां आनन्द झाला

असे माझ्या देहास, पतीगेहास
अनुरूप सांत्वन करून डोळे भरूनी
पाहोनी रतीसुख दीधले
तेणें दुःख हरले, मन भरले
हर्षाने पाहे सैय्ये दैवज्ञवाणी जळीं
सत्य वो नव्हे मिथ्या वो, देखिले रमणाला ॥७॥

सखीये कां वो शाहभूपती मंदिराप्रति ॥

अनामवृत

।। ९. बारामास ।।

प्रथम आश्विन मास
चेतुर्मास कर्मोनीया कामीनीसी
पुढे पातला दसराही त्वरेसी ।।
मुहूर्तासी पाहोनीया आदरेसी
त्वरे चालीला कांत जे दूर देसी ।।१।।

।। छेंद ।। पतीलागी करीतसे वीनंती वीदेशाप्रती जाउ
नका हो तुम्ही धन षंपती सर्व ग्रहींच असे
उने नसे कदापी धन हो ।। आणीक बीछींत असा तरी
बीस्वेर देईल अंतरी नीश्चय राहो ।।२।।

पतीकारने वीनवी ते सुभांगी ।।
बहु चालता कष्ट होतील मार्गी ।।
स्वयंपाक तो कोन आधी करील ।।
तुम्हा कारणें अन्न कैसे मीळेल ।।३।।

।। छेंद ।। धन सर्व संपत्ती तुम्हासी ईश्वरे दील्ही ।।
कर्म आड ठाकले म्हनोनी बुधी सुचली ।।
सागरातीरी उभे कृपासी वीछीता मनी ।।
तजोनी सर्वसंपदा जातसा तुम्ही वणी ।।४।।

रसत्रय तुम्हासी हो वये नसे बहुतसे ।।
धा सप्त वरुसे आईका मलाची जाहाली असे ।।
तृप्त नाही वासना बहुत हेत राहीला ।।
बोलताच कामनीसी बहुत कंठ दाटला ।।५।।

लोचनासी बहुत नीर लोटलेत साजनि ।।
स्तब्ध राहीलीच उगी बोलेनाच कामीनी ।।

ह्मनोन कांत उठीला करी धरीली सुंदरा ॥
श्रेह फार दावीला मधुर बोले उत्तरा ॥६॥

खंजरीट लोचनी, अपार माल घेतला ॥
वजेसी येक वेळा जाउ दे ग तू मला ॥
पुन्हा कधी न जाय मी असाचि शब्द बोलिला ॥
मुहूर्त वेळ जातसे ह्मणोनि शीघ्र चालिला ॥७॥

॥ छंद ॥ तव ते उपरीवरी उभी राहिली पती पाहातसे ।
पाहा लोचनीं नीर दाटले मनी व्याकूळ होत असे ॥
धरणीवरी वपु टाकिली मग लोळतसे ते क्षणी । धाउनिया सखी
बोलली हे बुद्धी तुज गे साजणी ॥८॥ छंद भुजंग ॥

सखीते तये बोलती काय जाली ॥
विधीने वपु व्यर्थ निर्माण केली ॥
सखी सर्वदा दु:ख हे कोण सोसी ॥
वदोनी असे हात घाली गळ्यासी ॥९॥

अगे साजणी स्वामि जातो विदेशा ॥
वियोगानळे देह राहील कैसा ॥
अनंगाचिया यातना केवि साहू ॥
किती या पतीचा सखे मार्ग पाहू ॥१०॥

बहुलोचनी ख्याति (खंती?) वाटे जिवासी ॥
त्वरे व्यापिली लोचनी झोप कैसी ॥
कसे मंदिरी आज कर्मु (क्रमू?) गे बाई ॥
युगासारखे दीस जातात देही ॥११॥

॥ छंद ॥ सखे आज गे घर दिसे परदेसी ॥
चालिला सजण आज विदेशी ॥ पूस तू गे सजणा कधी येसी ॥
तुजवीण दिस तसे दीन जैसी ॥१२॥

तगमग मज वाटे कांत गावासि गेला ॥
बहुत विरह यानी जीव व्याकूळ जाला ॥
कठिण मन करोनी शीघ्र गंतव्य केले ॥
रतिपति अनुतापे साजणी दुःख झाले ॥१३॥

रतिसुखसम काही दुसरे सौख्य नाही ॥
गतिमति चतुराई सर्वही व्यर्थ बाई ॥
सदन धन जनाचा मानसी वीट वाटे ॥
पुनरपि कधि आता कांत येकांत भेटे ॥१४॥

॥ कार्तिक मास ॥ छंद ॥ बहुत सुसीळ मास हा रुचिर आवळी भोजन ॥
मिळोनी सकळजणी करिती संगमी मजेने ॥
घरोघरी महोत्सव तुळस पुजे जाती कामिनी ॥
कल्लोळ करिती सये उबग वाटतसे मज मनी ॥१५॥

॥ छंद ॥ शिखरिणी
अहोरात्री गाती गुण कथन सप्रेम हरिचे ॥
द्विजा दाने देती जन करिति उछाव नगरिचे ॥
पती गावी नाही हृदय फुटतसे पाहुजेना ॥
मना येईना काही त्यजुनि नगरी जाइन वना ॥१६॥

॥ छंद ॥ मृदुंग टाळ वाजती ॥ अगाध कीर्तने करिती ॥
अनेक राग मारती ॥ अनंत नाम गर्जती ॥१७॥

हरीकथा पुण्यतीथ होतसे ॥
श्रवणमात्र करिता श्रम जातसे ॥
शंकरासी शर नाग त्यजावे ॥
मन्मथ दहन पूर्ण आधी करावे ॥१८॥

॥ मार्गस्वर मास ॥
आली मार्तंड षष्षी प्रिय तव न मी होतसे फार कष्षी ॥
केव्हा देखने दृष्षी पतिमुख सजणी सांग वो हेच गोष्षी ॥

दावा साधून चेष्टी मदन कुटिल हा सर्व गात्रांसि वेष्टी ॥
सोसेना जीवमुष्टी किति धरू सये लोचनी होय पष्टी ॥१९॥

॥ छंद ॥ षडरस अन्न न रुचेल बाई ॥ गोड न वाटे मज प्रति काही ॥
कर्पूरमिश्रित तांबुल सारा ॥ सुगंध सुमने दुरी निवारा ॥२०॥

॥ छंद ॥ रतिसुख संसारा अंतरली मी ॥ गोड न वाटे निशि धामी ॥
श्रांत मनी पडली श्रम वाटे ॥ कांत वियोगे उर दाटे ॥२१॥

अबाळ्वासि सखे स्मर वैर करी ॥ की विरहानल घालुन धुळाधरी ॥
कमळ्वाननासि संग अखंड घडे ॥ तरि त्यासि सुखार्णव पूर्ण चढे ॥२॥

॥ छंद ॥ सखे काल गे स्वप्न म्यां देखियेले ॥
दृढांलंगनी ललना स्वप्न दील्हे ॥
मला भासले ते क्षणी सत्य पाही ।
तदा जागृती जालिया काहि नाही ॥२३॥

॥ पुसमास ॥ कैशा कुरंग नयना तिळ्वाण देती ॥
हाती धरूनी सुगडे सदनासि येती ॥
ते देखता मज सये बहु दुःख वाटे ॥
नारी विलास करिता परि वीट वाटे ॥२४॥

॥ छंद ॥ अंगी चंदन चर्चिती परिमळे नाना परी लाविती ॥
पुष्पांचे मग हार घालुन गळ्या तेलें शिरी मर्दिती ॥
भांगी सिंदुर रेखुनी हळ्दिची उटी कशी लाविती ॥
भाळ्ळी कुंकुम लाउनी मग सखे तांबूळ ही अर्पिती ॥२५॥

॥ छंद ॥ येऊन सकलपूर अंगना ॥
दाविती अति विलास भावना ॥
कांतवीण न लगे मज काही ॥
फार मार करितो स्मर पाही ॥२६॥

॥ छंद ॥ मन्मथें पीडिले काय आता करू ॥
धरिता साजणी न धरवे धीरू ॥
येकदा भेटवा कांत सये ॥
पतीचे सौख्य ते अंतरी आठवे ॥२७॥

॥ सवाई छंद ॥ येके दिनी रजनी सजणी काम भरे व्याकूळ होत असे ॥
काकुळतीस्तव पाहुन लोचनी झाकुनी येकली निजली सदनी ॥
वृश्चिक दंश तयाहुनी अधिक वेदना बहुदुःख चढले ॥
प्राणपतीविण जाइल जानवोसा जनी विघ्न उदेले ॥२८॥

रजनी सजणी किती कल्प असे घडी मध्य युगे किती भरती ॥
जल्पतसे निज शेजवरी ह्मणती रात्रीस इंद्र किती फिरती ॥
ऐशापरी जल्पतसे देखुन सावध होय सख्या म्हणती ॥
जागविता बहु व्याकूळ होत असे देखोनिया अति विस्मित मती ॥२९॥

छंद ॥ माघ मास ॥ शशीकाळीचे चांदणे शुद्ध पाही ॥
कशा भोगीती कामिनी सौख्य देही ॥
अढाळ्यावरी सुध पर्यक नेती ॥
विलासे पतीसी सख्या भोग देती ॥३०॥ श्लोक ॥

निशीचा पती देखुनीया जवळाली ॥
पलंगावरी मूर्छना येऊन पडली ॥
विधीची दुहिता तिचीया कुमारे ॥
सखे विंधियेले मजलागि शरे ॥३१॥

नको वीणा वाजवू दूर करी गायनकळा ॥
हिवाळ्ळा हा भारी परि विरह संताप मजला ॥
न सोसे काही पतिविण सखे क्लेश वदता ॥
कधी देखेन दृष्टी कवळिन सये मी तनुलता ॥३४॥

॥ छंद ॥ झडकरि तुह्मि सोडा पिंजरे साळ्याचे ॥
बहुत मधुर बोली व्यापिले देह साचे ॥

घडि घडि सजणी वाटे जिवाला ॥
नयन झरति माझे भेटवा लाल शाला ॥३५॥

वसंत काळ मस्त हा ॥ समीर सुत दुष्ट हा ॥
अनंग फार मातला ॥ जसा भुजंग चेतला ॥३६॥

॥ छंद ॥ रिपु वसंत उगवला गगनी गे ॥
निजल्या मला झोप न ये सजणी गे ॥
काळ हा मदन पीडित जाणा ॥
काळ हा झडप घालुन ने ना ॥३७॥

॥ छंद ॥ झडकरि उडवा गे साजणी कोकिळाते ॥
घडि घडि मज ईचा शब्दचाळा न साहे ॥
बहुत विव्हळ जाली पाहाता काय आली ॥
उन्मलित मधुपाली साजणी अश्रु ढाळी ॥३८॥

॥ छंद ॥ आंबे बाऱ्हासी (बहरासी) आले, तरुवर फुललें,
अंडजी घोष केला ॥
पाळे धाधून (?) भुजग उसळती, गगनि पुष्पे गंध रसाळा ॥
फागाचार ग जाला सकळ नगरिचा लोक खेळूनि घाला ॥
माझा तो नाश जाला, तगमग सुटली मन्मथे मार केला ॥३९॥

॥ सवाई छंद ॥ घोशोनी शान (?) करी वींजना झनी घालसी साजणी
सीतळ वारा ॥
चेंपक मालती हार मंचकी ठेवुनी काय वीचारा ॥
अरगजा चंदन केशर मिश्रित गंध उगाळुनी अविचारा ॥
मन्मथ मार करी मज लागुनी भोग विलास हा सर्व निवारा ॥४०॥

॥ छंद ॥ असा हा ऋतू राजस सर्वही जना आनंद वाटे घरी ॥
वाद्ये वाजति गंभिरे रणतुरे नानापरी कुसरी ॥
बुका आणि गुलाल रंग उधळे नृत्यांगना नाचती ॥
माझा कांत समीप आज असता सौख्ये मला वाटती ॥४१॥

॥ छंद ॥ नगाऱ्याचे नादे दुंदुभी आकाश भरले ॥
गुलालाच्या मारे अवनिते बुजविले ॥
पतीच्या चौबारा झळझळ पताका झळकती ॥
मनाच्या उल्हासे जनमन कसे ख्याल करती ॥४२॥

॥ सवाई छंद ॥ येक चिरकाडी घेउनी कामिनी चीर सीपीतसे ॥
येक गुलाल मुठीभर घेउनी वक्र विलोकुन टाकितसे ॥
येक विकसित पंकज छेदुन वक्षस्थळावरि मार करी ॥
येक उटे मग नाम उचारुनि संनिघ येउन शंख करी ॥४३॥

॥ छंद ॥ औशा विनोद करिता सकळ्या मिळाल्या ॥
घेऊन रंगकलासि मग सीघ्र आल्या ॥
जैसा सडा अवनिचे वरि टाकताती ॥
तैसे परी वपुवरी सींपिताती ॥४४॥

॥ छंद ॥ श्लोक ॥
तेव्हा चढोनि उपरीवरी खंजनेत्रा ॥
पात्रे उलंडिति सिरी रमणीय गात्रा ॥
कोणही गुलाल भर आंजुळ्या टाकताती ॥
कोणही बळे सुमन गुढे ही मारिताती ॥४५॥

माझा कांत समीप असता तोही असा खेळता ॥
नेत्राचा मनोरथ सर्व पुरता संताप हा आटता ॥
दुःखाचा मुळ कंद सर्व तुटता आनंद हा वाटता ॥
देहाचा मम श्रम फार फिटता नानापरी देखता ॥४६॥

॥ छंद ॥ चैत्र मास ॥
संवत्छर नुतन वस्त्र निघाले ॥
सर्व देवही विमानारुढ जाले ॥
उभारिती ते दिनी गुढियासी ॥
घरोघरी पूजिती त्या द्विजासी ॥४७॥

गवरीचा सोहळा अनेक आबळा देखोनिया डोळा ॥
स्वानंदे अबळा मिळोनि सकळा दावीति नाना कळा ॥
बुक्याचा उधळा करोनि विमळा आपाद पै आगळा ॥
माझा पै विरहानलासि प्रबळा ज्वाळा उठे तुंबळा ॥४८॥

॥ छंद ॥ हरा हरा हरा भोगुन वारा ॥
वारा वारा वारा समीर वारा ॥
दारा दारा दारा येउन फारा ॥
मारा मारा मारा समय विचारा ॥४९॥

॥ छंद ॥ पलंग सुपवतीवरी सुमन शेज केली बरी ॥
मला नीज न ये सये मदन फार पीडा करी ॥
निशी रूप प्रगटे शशी परम वैर तोही करी ॥
अग्नि प्रबळ बळे सुरत आटवे अंतरी ॥५०॥

सदैव तुझे गुण लोभ वाणी ॥
वाहीन तुजला दवना भवानी ॥
या पोर्णिमेसी मम कांत यावा ॥
भ्रतार माझा सदनी असावा ॥५१॥

दुर्गे मी तुजला नवस वो फार करीते ॥
विनती करून पदर हा पसरीते ॥
जरी पुरविशील मनोरथ माझे ॥
बहुता परी करीन पूजन तूझे ॥५२॥

॥ श्लोक ॥ सखे सांग गे काय आता करावे ॥
मदे दाटले कुंच दोन्ही स्वभावे ॥
बळे कंचुकी बांधिता ग्रंथि बाई ॥
न सोसे मला जीव जायास पाही ॥५३॥

नको सावरू साजणी अंचळाते ॥
तनु तापली नावरे आवराते ॥

तसे भूषणे सर्व काढोनि टाका ॥
न सोसे मला होतसे फार वाका ॥५४॥
॥ वैशाख मास ॥ छंद ॥
अक्षेत्रितीया सण पीतरांचा ॥
घरोघरी उछाह हा ब्राह्मणांचा ॥
शीतांबुपात्रे भरोनी त्वरेसी ॥
देती विधीयुक्त त्याही द्विजासी ॥५५॥

जैसा याचक प्रार्थितो हे धनासी ॥
तसी मानसी ध्यात आहे पतीसी ॥
किती मार्ग पाहू गे हे दुःख भारी ॥
बळे वोढोनिया मार मारी ॥५६॥

पान सुपारी लवंग वेळा ॥
तांबूळ न घे दूर करीच बाळा ॥
वाळा निराळा करी येथुनीया ॥
प्राणपती द्या मज आणुनीया ॥५७॥

॥ छंद ॥ यामिनी कशी वाटे सीघ्र साजणी ॥
उगवेना वासरमणी आझुनी ॥
भाळवेना कसा दुष्ट चांदणे ग्रहा ॥
चेक्रवाके सीनली, मी गुहा ॥५८॥
(अपूर्ण)

कठीण शब्दांचा कोश

अचळ – पदर

अंडज – पिल्लू

अबीर – एक सुगंधी द्रव्य

अमित गुणाकर – अमर्याद गुणांची खाण

अरगजा – एक सुवासिक फूल

अरुवार – मृदु (शेज)

अळिवेणी – सर्पाकारा वेणी

असोसी – उत्कट प्रेम, हाव.

आर्त – इच्छा.

उन्नाळा – उन्हाळा

उपरी – माडी

कंचुकी – चोळी

कडके – तीव्रता

कलकंठ – मधुर आवाज

कुंद – एक पुष्पवेल

कंधर – मान, गळा.

कनकवस्ता – सुवर्णलंकार

कपोल – गाल

कमळजसुता – सरस्वती

क्रमेना – करमेना

कार्मुक – धनुष्य

कीर – पोपट.

खंजरीट – एक (ताजवा) पक्षी

खंती – दुःख

गजास्य – गजमुख

गेह – घर

चरण झाडीन केशी – पायावर डोके घाणी.

चापेषष्ठी – चंपाषष्ठी

चारु – सुंदर, रमणीय.

चौवाचंदन – चंदनाची उटी

चित्रान्न – खिचडी, साखरभात.

चिरकाली – जोराने उडणारी घार

जांबुल – जांभूळ

जाचणी – त्रास

ठाणवयी – दिवा ठेवण्यासाठी केलेली गढवंची, समई.

ढबकार – सुशोभित घर

तर्जनी – अंगठ्याजवळचे हाताचे बोट

ताराधिनाथ – चंद्र

त्वां – तू

तीक – तीक्ष्ण

त्राही – रक्षण कर

दवना – एक सुवासिक वनस्पती

दूती – निरोप देणारी स्त्री

द्विजवर – ब्राह्मण

नीरजाक्षी – कमलनयना

नलिनदल – कमलपत्र

नलिननयन – कमलनेत्रा

नव्हाळी – नवलाई

निशाकरमौळी – चंद्रशेखर (शिव)

पन्नग – सर्प

पक्ष्यी – पक्ष्यावरून, गरुडावरून

पादप – वृक्ष

पावक – अग्नी

पीन – पुष्ट, मांसल

पिक – कोकिळ पक्षी

पीयूष – अमृत

पोवंती पुनव – पोवते. देवाला वाहण्याचे सुताचे धागे

प्रबोधोत्सव – जागृती

प्रसूनभर – फुलांचा बहर

फणीपतिशयन – विष्णु (कृष्ण)

फागाचार – होळीच्या सणात म्हणावयाची गाणी.

बदरीफळ – बोर

बांदी – दासी.

भग – छिद्र, ऐश्वर्य

मधुप – भुंगा, भ्रमर

मल्लिका – जाई, मोगरा

मुदाधिक्य – अत्यंत आनंद, समाधान.

मुराला – तृप्त झाला

मूळ धाडणे – बोलावणे पाठविणे.

मेदिनी – पृथ्वी

मोकलणे – सोडणे, त्याग करणे.

मृड शिव – मृडाणी - पार्वती

यामिनी – रात्र

रतिपती – मदन

लिखित – पत्र लिहिलेले

लोलाक्षी – चंचलनयना (लोलुप आसक्त)

वपु – शरीर

वाजी – घोडा

वामनेत्र – डावा डोळा

विखंडणे – छिन्न भिन्न केलेला

विंजण – वारा, पंखा

विषधर – साप

वृश्चिक – विंचू

वोखट – वाईट

व्यजन – पंखा

शर – बाण

शुकवाणी – पोपटाचे बोल

शिराणी – इच्छा

शोणाधर – रक्तवर्ण ओठ

सकुण – शाकुन

सदन – घर

सल्लापिजे – विचारविनिमय करणे

सायक – बाण

सारिका – मैना

सांद्र – निबिड, दाट

सीत – थंड, शीत

सुगडी – लहान मडकी

सुदती – सुदंती

सुपवती – निजावयाची गादी

हरिख – हर्ष, आनंद

हिंदोळा – झोपाळा.

संदर्भ ग्रंथ

१. भारतीय संस्कृतिकोश : सहावा खंड
संपा. पं. महादेवशास्त्री जोशी, १९७०
भारतीय संस्कृतिकोश मंडळ, पुणे ३०.

२. Bārahmāsā in Indian Literature
Charlotte Vaudeville
Pub. : Motilal Banarasidass Delhi 1986, First edition

३. महाराष्ट्र कवी अमृतरायकृत कवितासंग्रह :
संपा. वामनदाजी ओक प्रकाशक : तुकाराम जावजी,
निर्णयसागर प्रेस. मुंबई आ. दुसरी सन १९१०

४. अनेक कविकृत कविता भाग दुसरा
संपा. जनार्दन बाळाजी मोडक १८८६

५. 'गझलनामा' : कोरे २७ जून १९९१ रविवार सकाळ, कोल्हापूर

६. पत्रव्यवहार : डॉ. श्री. रं. कुलकर्णी, हैद्राबाद १७/३/१९९४

७. Bārahmāsā paintings : Dr. S.B. Deshmukh
History Museeum, Dr. Ambedkar Marathwada University,
Aurangabad.

८. Bārahmāsā Paintings : Kamal Chavan, Bharat Itihas
Sanshodhak Mandal, Pune. First edition 1983
